Paradise Promises Land

BOOK 1

FUGITIVE

By

Sham M. Villaflores

Editor

Sham M. Villaflores

Cover Design/Layout/Sketch/Graphic Artist

Sham M. Villaflores

ACKNOWLEDGEMENTS

I wanted to give my utmost thanks to Almighty God. My talent in creative writing is a gift from Him so this book would not be possible without Him.

To **Jessica E. Larsen** for answering all my questions about creating paperback.

To my family, friends, fellow writers, silent readers who keeps believing and supporting me,

THANK YOU

:)

DEDICATIONS

Para sa mga taong nakakaranas ng deskriminasyon dahil sa pinagmulan o ano pa mang uri ng deskriminasyon.

Ipinapakita sa kwento ang konsekwensa ng pagpataw ng deskriminasyon sa isang tao. Malalaman kung paano nahirapan si Benjie na mabuhay dahil dala niya ang apelyido ng nasirang ama na dating heneral pero nasangkot sa ilegal na gawain.

Ang sabi nila kung ano ang puno siya ang bunga pero tama ba talaga na husgahan ang tao ayon sa pagkakamali ng pinagmulan nito? Oo, hindi magbubunga ng mansanas ang puno ng mangga pero walang puno na nagbubunga ng bulok sa una. Nabubulok ang bunga sa napakaraming dahilan, ganoon din naman ang tao, narurungisan ang pagkatao dahil sa gawa nito hindi dahil galing ito sa marungis na angkan.

Maaaring sa kwento maisipan ng nakakarami na iwasan ang deskriminasyon sa may bahid ng kasamaan ang angkang pinanggalingan. Kung huhusgahan natin ang tao dahil sa marungis na pangalan ng angkan nito, lalo natin silang tinutulak na kumapit sa masama kaysa tulungan itong makita ang kabutihang taglay nito.

AUTHOR'S NOTE

Ang Paradise Promises Land Series ang kauna-unahang naisulat ko. Dito ko nadiskubre ang talento o kakayahan ko sa pagsusulat. Hobby lang noong high school na naging passion pagkaraan ng maraming panahon.

Nagsimula talaga ang kwento mula sa pagkabata hanggang marating ng labing-dalawang bida ang adulthood pero naisipan kong hindi na iyon isama at ito na ang gawing unang aklat. Kung sakaling maging interesado kayo na basahin ang limang aklat na hindi ko ibabahagi, maaari ninyong mabasa ng libre ang mga iyon sa wattpad account ko kung saan una kong ibinahagi ang ilan sa aking mga akda.

Tulad ng sabi ko, ito ang kauna-unahan kong kwento and that was nth years ago so majority ng mga eksena rito ay kinailangan kong palitan at baguhin para magmukhang napapanahon but the original concept remained the same. Mga eksena lang talaga ang ginalaw ko. May nanatili, inalis, binago at dinagdag so malamang ganoon rin ang gagawin ko sa mga susunod na aklat. Sabihin na lang nating better version ng very first old series novel ko.

******

Kay Benjie o Benjamin Hollerith ang unang kwentong pag-ibig ng PPL. Siya ang pinakamatanda sa labing-dalawang magkakaibigan. Ma-aksyon ang tema ng kwentong pag-ibig niya dahil iyon ang swak sa personality niya at dahil na rin siyempre sa sinapit ng pamilya nila. Sa Book 2 ng PPL Teenage Days mababasa kung paano unang nagkakilala sina Benjie at Sharie May. Visit my wattpad account **shammy_ann** para mabasa ng libre kung paano nabuo ang samahan ng labing-dalawang magkakaibigan.

TEASER

Dahil sa masamang imahe ng nasirang ama, nagkaroon ng deskriminasyon kay Benjamin "Benjie" Hollerith kaya kahit gusto niyang mamuhay ng normal at may dignidad, napilitan siyang pasukin ang mga ilegal na gawain at nasapi sa isang malaking grupo ng sindikato. Binenta niya ang mga ari-ariang naiwan ng pamilyang pinili magbagong-buhay sa ibang bansa at nagtayo ng sariling kubo sa lugar kung tawagin nilang magkakaibigan na Paradise Promises Land.

Muli silang pinagtagpo ni Sharie May "Shy" Funtanella, ang babaeng bumihag sa puso niya noong nasa kolehiyo pa lang na binansagan niyang Blushing Princess. Ang dating sa squatter's area nakatira ay dalawang beses na nakidnap at lagi siyang nasa eksena para tulungan ito. Isang araw kinailangan niya itong gawing hostage para makatakas sa mga pulis.

Para makapagbagong-buhay kinailangan niyang tugisin ang grupo ng mga sindikatong nagframe-up sa kanya sa isang kasalanang hindi niya ginawa, ang dahilan ng pagiging pugante niya. Umayon kaya sa kanya ang pagkakataon?

CHAPTER 1

Lakad-takbo ang ginawa ni Sharie May sa gitna ng madilim na kagubatan. Puno ng kaba ang dibdib habang patuloy lang sa pagtakas mula sa mga dumukot sa kanya. Suwerteng nakatakas siya mula sa kanyang mga kidnapper na tauhan ni Veronica, ang kinilalang anak ng tunay niyang mga magulang. Mga sanggol pa lang ay nagawa silang ipagpalit ng kinilala niyang ama, na naging drayber ng tunay niyang mga magulang. Magkasabay kasi noong nanganak ang kanilang mga ina sa sasakyan na minamaneho ng kinilalang ama. Naisipan nitong ipagpalit sila para makatamasa ng karangyaan sa buhay ang anak nitong pinangalanang Veronica ng tunay niyang mga magulang.

Limang buwan pa lang ang nakakalipas nang malaman niya ang totoo pero dahil matagal silang nanilbihan sa pamilya ay madali niyang naipagtapat ang katotohanan sa tunay nilang pagkatao. Agad na nagsagawa ng DNA test ang mag-asawang Funtanella para patotohanan ang sinabi niya at doon napatunayang siya nga ang tunay na anak ng mag-asawa. Wala naman siyang balak na agawin kay Veronica ang lahat pero itinuring siya nitong karibal sa kayamanan ng Funtanella kaya heto siya ngayon nanganganib ang buhay.

Hingal na hingal at hapong-hapo siyang nagpahinga pansamantala. Hindi na kaya ng estamina niya na magpatuloy pa. Nagtago siya sa matataas na talahib nang may marinig siyang paparating na yabag.

"May tao ba riyan?" malakas na tanong ng boses baritonong lalaki. Hindi niya alam kung bakit parang pamilyar ang tinig nito pero hindi pa rin siya umimik. Paano kung tauhan ito ni Veronica? Nasilaw pa siya sa liwanag na nagmumula sa flashlight nito nang itutok sa tapat ng pinagkukublihan. Todo ang dasal niya at ang lakas ng kabog ng dibdib niya sanhi ng takot na baka makita siya. Nakahinga siya ng maluwag nang marinig ang papalayo nitong yabag.

Naaasar na bumalik ng kubo ang lasing na si Benjie. Naalarma siya nang marinig ang alingawngaw ng bala sa kagubatang kinatitirikan ng kanyang kubo kaya lumabas siya pero wala naman siyang nakitang kahina-hinala.

Halos kalahating taon na siyang naninirahan sa itinayong kubo kung saan madalas silang magpangakuan ng mga kaibigan. Tinawag pa nga nila ang lugar na Paradise Promises Land dahil mistulang paraiso ang lugar na kanilang pinagpangakuan ng walang hanggang pagkakaibigan na ngayon ay buwag na. Wala nang kahit isa sa mga kaibigan ang nagagawi sa lugar at mabuti 'yon para sa kanya na gustong mapag-isa. Muli ay nagpakalango siya sa alak.

Sa harapan ng salamin ay napagmasdan niya ang napabayaang sarili, hindi na siya nakakapag-ahit kaya balbas sarado na siya, maging ang buhok ay hanggang balikat na. Hindi nakapagtatakang sa tuwing haharap siya sa mga tao ay kinatatakutan siya. Muka na siyang trenta anyos samantalang bente tres anyos pa lang siya. Lasing na lasing na nakatulog siya sa mahabang upuan na yari sa ratan.

"Tao po! Tao po! Tao po!" Kanina pa paulit-ulit sa pagkatok sa nakasaradong pinto ng isang kubo si Sharie May. Sa kagustuhang makalayo sa mga kidnappers niya ay dito siya napadpad. "Parang awa n'yo na po. Papasukin n'yo na ako! May mga gustong pumatay sa 'kin," nagsusumamong aniya. Alam niyang may tao sa loob dahil naririnig niyang may umuungol.

Nahintakutan siya nang marinig ang tinig ng mga humahabol sa kanya mula sa 'di kalayuan. Napilitan siyang itulak ng napakalakas ang nakapinid na pinto at doon tumambad sa kanya ang isang lalaking nakahiga sa mahabang upuang yari sa ratan. Muli niyang isinara ang pinto at nilapitan ang nahihimbing na lalaki. Kaya pala hindi ito magising sa ingay niya dahil lasing na lasing base na rin sa amoy alak na nalanghap niya mula sa hininga nito pati ang nagkalat na bote sa sahig.

"Buksan mo 'to! May hinahanap kami!" Mula sa labas ay sigaw ng isang lalaki.

Napaurong siya. Bakat na bakat ang takot sa mukha niya nang marinig ang pamilyar na tinig ng kanyang kidnapper. Pinasok niya ang nakitang silid at naghanap doon ng matataguan pero wala siyang puwedeng mapagtaguan sa lugar kaya naman tinangka niyang bumalik pero bigla siyang may naapakan at naramdaman niyang nahulog siya. Buti na lang napigilan niya ang tili. Ang dilim sa kinaroroonan niya ngayon. Pagtingala niya ay aninag ang liwanag sa siwang ng daanan para marating ang kinaroroonan niya ngayon. Sana hindi siya mahanap sa lihim na lagusang 'yon. Rinig niyang nakapasok na ang mga ito sa kubo.

"Hoy! May napadpad bang babae rito?" rinig niyang anang kidnapper.

Naalimpungatan si Benjie sa malakas na boses ng hindi inaasahang panauhin. "Shino bha khayo?" nangingiti pang tanong niya.

"Sagutin mo na lang ang tanong para hindi ka masaktan."

"Quiz bha 'to? Pass hako." Muli siyang bumalik sa pagtulog dahil nahihilo pa siya sa kalasingan.

"Gago pala 'to eh!" Tinadyakan siya nito sa tiyan. Ramdam niya ang sakit sa lakas ng pagtadyak nito pero dahil lasing ay hindi siya nakalaban. "Sige halughugin n'yo na lang ang buong lugar!" utos nito.

Pigil ni Sharie May ang paghinga nang marinig ang paglangitngit ng sahig na kahoy lalo nang matapat sa kinaroroonan niya ang isa sa mga naghahanap. Kabadong-kabado siyang napapikit at nagdasal ng mataimtim.

Mayamaya ay umalis na ang mga ito. Nakahinga siya ng maluwag. Dala pa rin ng takot ay pinagpasyahan niyang manatili sa kinalalagyan hanggang sa naramdaman niyang namimigat ang talukap ng mga mata niya. Walang pakialam na siya'y humiga at namaluktot. Sakto may unan pa siya, hindi na alintana kung matigas man 'yon. Hanggang lamunin na siya ng antok.

Pagmulat na pagmulat ng mata ni Benjie ay nananakit na tiyan ang bumungad sa kanya. Wala siyang maalala sa nangyari dahil sa kalasingan. Nakita niyang nakabukas ang pinto. Napamura siya nang makitang sapilitan 'yong binuksan base sa pagkasira ng kahoy na nagsisilbing pangsara no'n. Panatag siyang walang magtatangkang pasukin ang munti niyang kubo kaya sapat na ang kahoy. Pinilit niyang alalahanin ang nangyari kagabi. Tama! May lalaking tumadyak sa kanya.

Naalarma siya bigla. Kinuha niya ang patalim sa kusina at dahan-dahan ang ginawa niyang pagpasok sa nag-iisang silid na naroon. Nang makitang walang tao ay nakahinga siya ng maluwag. Bumalik siya sa kusina at nag-init ng tubig sa takure, kumuha ng tasa saka sinalin ang 3-in-1 sachet ng kape. Napamura siya nang makitang nagkalat ang mga gamit niya. Kung tama ang naaalala niya may hinahanap ang mga intruder sa kubo niya. Hindi lang siya sigurado kung ano. Isa lang ang sigurado, hindi ito mga pulis kaya safe pa siya sa lugar na pinagtataguan.

Matapos mag-almusal ay inayos niya ang nagkalat na mga gamit. Nang dumako siya sa silid ay naalala niya ang lihim na lagusan kaya dumapa siya sa sahig para buksan iyon. Napatda siya nang makitang may babaeng himbing na himbing sa pagtulog, nakaunan pa sa bag na may nilalamang mga sandata.

Dumako ang tingin niya sa makikinis at bilugan nitong hita. Naka-short lang kasi ito at nakabaluktot pa. Bago pa kung saan mapunta ang isip niya ay tinawag niya ito.

"Miss!" pukaw niya sa nahihimbing na dalaga.

Naalimpungatan si Sharie May sa mga tulo ng malamig na tubig sa hita niya. Unti-unti naririnig niya ang pagtawag sa kanya ng 'miss' ng boses lalaki. Pamilyar ang tinig na 'yon at bigla siyang napaupo nang maalalang nanganganib nga pala ang buhay niya. Pagtingala niya ay nakita niyang nakadungaw sa tarangkahan ng lagusang kinalalagyan niya ang isang lalaking may bitbit na tabo. Hindi niya maintindihan pero wala siyang kahit anong pangambang naramdaman kahit pa nakakatakot ang hitsura nitong balbas-sarado at hanggang balikat ang medyo kulot na buhok.

"Hindi ako masamang tao," paliwanag niya. Pitong talampakan ang lalim ng lagusan samantalang nasa limang talampakan at apat na pulgada lang ang taas niya. "Pwede mo ba akong tulungang makaahon?"

"At your service, Miss." Ipinasok nito ang dalawang mahahaba at mamasel na kamay para kapitan niya saka naman siya nito hinila pataas. Hanga siya sa lakas nito. Dahil sa malakas na puwersa ng paghila ay napahiga ito sa sahig samantalang napa-ibabaw naman siya rito. Nagtama ang kanilang mga paningin. Sa lapit ng mukha nila sa isa't isa ay napagmasdan niya ito. Ang mga mata nitong kababakasan ng lungkot, matangos na ilong, pangahang mukha at hindi kakapalang labi...pamilyar na pamilyar ang mukha nito kaya hindi niya napigilan haplusin 'yon.

"B-Benjie." Namutawi sa bibig niya ang pangalan nito.

Parang natuka ng ahas si Benjie habang nakatitig sa babaeng nasa ibabaw niya ngayon. Kung siya na ang laki ng pinagbago namukhaan nito,

ito pa kaya hindi niya mamumukhaan? Isa pa, hindi niya puwedeng kalimutan ang babaeng taga-squatter's area na nakabihag ng puso niya noon. Kung hindi lang na-demolish ang tinitirhan nito baka nagpatuloy ang pakikipag-mabutihan niya rito. Lalo itong gumanda sa paningin niya. Mamula-mulang pisngi, malalantik na pilikmata, bilugang mata, katamtamang tangos ng ilong, mamula-mulang mga labi na parang kaysarap halikan at ang napakagandang unat na unat nitong buhok. His Blushing Princess is back.

Nangangamoy sunog na sinaing ang nagpabalik sa kanya sa reyalidad. Dahan-dahan niya itong inalis sa ibabaw niya at patakbong tinungo ang kusina at pinatay ang kalan. Pabuntong-hininga siyang bumalik pero nasa sala na ang dalaga. Kinuwento nito ang dahilan kaya ito napadpad sa kubo niya. Noon pa man, malakas na ang kutob niyang anak mayaman ang dalaga dahil kutis pa lang nito pang-mayaman na. Sa totoo lang nagtaka siya noon kung bakit sa squatter's area lang ito nakatira.

"Sigurado ka bang gusto mong bumalik?" Tumango ito. "Paano kung hindi ka nila paniwalaan?"

"Mas paniniwalaan nila ako dahil ako ang tunay na kadugo."

"Sige, bukas na bukas ihahatid kita sa inyo."

Umiling ito. "Ihatid mo na lang ako sa sakayan pabalik sa Maynila."

"Sige."

Katatapos lang maligo ni Sharie May at nalabhan na rin niya ang suot na damit kahapon. Nahihiya siyang humarap kay Benjie dahil tanging suot niya lang ay ang makapal na t-shirt at mahabang short na pinahiram nito. Well, nagmukang extra large ang mga 'yon sa katawan niya dahil malaki ang pangangatawan nito at matangkad pa. Halatang iwas din itong mapatingin sa kanya dahil alam naman nitong wala siyang undies.

"Lalabas lang ako," anitong may hawak na pamingwit. "Huwag na huwag kang lalabas na hindi ako kasama," dugtong pa nito bago tuluyang isinara ang pinto. Gusto niya sana itong usisain kung ano ang nangyari rito. Ang alam niya mayaman ang pamilya nito. Naalala pa niya ang kapatid nitong napilitang sumama sa squatter's area na tinitirhan nila matapos silang palayasin ng kinilalang pamilya sa mansyon ng mga Funtanella.

Hindi naman siya nagulat kung kinaya nitong tiisin ang ganitong simpleng buhay malayo sa kabihasnan, dahil noong makilala niya ang binata ay hindi niya ito nakitaan ng kaartehan sa katawan. Marunong pa nga itong makisama sa mga tambay sa kanto pero palaisipan sa kanya bakit nasa ganito itong kalagayan ngayon. Parang nabaliktad ang mundo nila bigla.

Hapon na nang bumalik ito. Inabala nito ang sarili sa paglilinis ng mga isdang nahuli. Halos hindi siya nito tapunan ng tingin.

"Bakit mo ba ako iniiwasan?" tanong niya.

"Gusto mo bang ma-rape kita?" pasarkastikong balik tanong nito. "Lalaki ako Shy at matagal na akong tigang. Iniisip ko pa lang na wala kang undies nadedemonyo na ako."

Pinamulahan siya ng husto sa kaprangkahan nito. "Mabilis namang natuyo ang undies ko kaya suot ko na ngayon." Nakagat niya ang labi. *Ano ba namang topic 'to?* Mas lalo tuloy nadagdagan ang ilangan sa pagitan nila. Minabuti niyang manahimik na lang sa loob ng kuwarto.

Kinatok ni Benjie ang dalaga. "Kakain na."

"Lalabas na," rinig niyang anito.

Hinintay na lang niya ito sa hapag-kainan. Magkaharap sila sa isang maliit na mesa at tahimik na kumakain. Pinritong tilapya at sinigang na bangus ang ulam nila kaya pareho silang nagkakamay. Saka lang gumagamit ng kutsara 'pag humihigop ng sabaw ng sinigang.

"Ano'ng masasabi mo sa lasa?" Hindi niya natiis na kausapin ito. Napatingin ito sa kanya saka ngumiti kasama ang mga mata nito.

"Masarap."

"Bukas ikaw ang taya. Pakitaan mo ako ng cooking skills mo."

"Sige," tipid na sagot nito.

Katahimikan.

"Binalikan kita noon, Shy pero tumambad sa 'kin ang demolasyon sa lugar n'yo. Akala ko hanggang doon na lang ang papel mo sa buhay ko, pero sinong mag-aakalang magkikita pa pala tayo."

"Oo nga. Palagi mo na lang akong nililigtas at tinutulungan. May utang na loob na naman tuloy ako sa 'yo."

"Hindi naman ako naniningil."

"Bakit nga pala parang nag-iba ang ikot ng mundo mo?"

Saglit siyang natigilan. "Mahabang istorya at hindi kaaya-aya, kaya kung ako sa 'yo magligpit ka na ng pinagkainan at maghugas na rin."

"Ang daya mo. Ako kinuwento ko lahat," malungkot na anito.

"Kapag pinagtagpo uli tayo ng kapalaran, pangako magkukuwento ako."

"Paano kung gusto kitang dalawin dito?" tanong nito na kinabigla niya.

"Iyan ang 'wag na 'wag mong gagawin. Mas manganganib ang buhay mo kapag kasama mo ako. Iba na ako sa dating Benjie na nakilala mo, Shy. Bukas pinuputol ko na ang ugnayan nating dalawa." Rumehistro sa mukha nito ang kalungkutan sa sinabi niya. "Masaya akong nagkita uli tayo. At least ngayon alam ko na nasa mabuti kang kalagayan."

"Ako naman ang pag-aalalahanin mo."

"Hindi mo kailangang mag-alala sa 'kin, Shy."

"Sana magkita pa tayo."

"Sana nga."

CHAPTER 2

Makalipas ang isang buwan ay sariwa pa sa alaala ni Sharie May ang huling pagkikita nila ni Benjie. Heto nga't inaalala na naman niya ang matamis na sandaling 'yon. Bago kasi siya noon umakyat sa bus na pinaghatiran sa kanya ng binata ay bigla na lang siya nitong kinabig at hinalikan sa labi. Hanggang ngayon kinikilig pa rin siya sa tuwing naaalala 'yon. Noon pa lang may puwang na sa puso niya ang binata pero parang mas lumaki ang espasyo nito sa puso niya lalo pa't nalaman niyang ito pa rin ang napakabuting Benjie na nakilala niya.

"Hoy! Nakatanga ka na naman diyan. Iniisip mo na naman ang knight in shining armor mo, 'no?" Si Aireen 'yon, kaklase at matalik na kaibigan niya sa kolehiyo.

"Hindi ah," tanggi niya.

Sabay silang lumabas ng eskwelahan.

"Hayon na ata ang sundo mo." Turo nito sa puting van na nakaparke malapit sa eskwelahan. Mula nang makidnap ay hatid sundo na siya.

"Hindi ka makikisabay?" usisa niya nang hindi ito sumunod sa kanya.

"May date kami ni Billy eh. Mag-boyfriend ka na rin kasi para hindi boring ang buhay mo. Enjoy life Shy, sige ka baka pagsisihan mo 'yan sa huli. Paano kung bukas kunin ka na ni kamatayan eh 'di sayang hindi mo naranasan ang magka-boyfriend."

"Oo na. Sirang plaka lang?" Makailang ulit na kasi nitong sinasabi ang mga pananakot na 'yon para lang mag-boyfriend siya.

"Hindi ako magsasawang sabihin sa'yo ng paulit-ulit 'yan." Pinandilatan pa siya nito bago tuluyang nagpaalam. Sumakay naman siya sa van na sumundo sa kanya.

Well, at the age of nineteen hindi pa siya nagkaka-boyfriend. Noong mahirap pa ay marami na ang nagkakagusto sa kanya pero dahil likas na mahiyain ay hindi niya 'yon pinapansin. Ngayon namang mayaman na siya at nag-aaral sa pribado at mamahaling kolehiyo marami pa rin ang gusto siyang ligawan pero dahil gusto niyang mag-focus sa pag-aaral ay binabalewala niya ang mga 'yon. Second year pa lang siya sa kolehiyo sa kursong fashion designing & dressmaking. Mananahi ang kinalakhang ina kaya nagkaroon din siya ng hilig sa tela. Balang araw gusto niyang magtayo ng sariling boutique.

Natigil ang pagmuni-muni niya nang may humarang sa sasakyan nila at pilit siyang tangayin ng mga armadong kalalakihan, pawang may mga tabing ang mukha.

Gusto niyang humingi ng tulong pero nasa isang lugar sila na bihira ang mga establishemento at mga tao.

Pakana na naman kaya ito ni Veronica?

Nang makabalik siya sa mansyon ng mga Funtanella, hindi niya nilihim na ito ang nagtangkang ipapatay siya pero dahil sa awa sa dalaga pinatawad niya ito kahit gusto na itong ipakulong at palayasin ng mga tunay niyang magulang.

Kitang-kita ni Benjie kung paano tangayin ng mga armadong kalalakihan ang isang babae mula sa puting van. Patakbo niyang nilapitan ang lugar pero paalis na ang van ng mga kidnappers kaya naman dali-dali niyang pinasok ang naiwang van, itinulak ang walang malay na drayber at umupo sa puwesto nito.

Sinusundan niya ang van ng mga kidnappers pero mukhang napansin siya dahil huminto 'yon. May isang umalpas na armado mula roon at pinaputukan nito ang gulong ng minamaneho niyang sasakyan kaya naman nawalan siya ng kontrol. Napilitan siyang ihinto ang makina. Nang papalapit ito'y dali-dali siyang lumipat sa likuran ng driver's seat kaya nang sumilip ito, agad niyang hinawakan ang ulo saka pinilipit.

Pinasok niya sa loob ng van ang walang malay nitong katawan at hinubaran ng pantaas dahil pareho naman silang nakamaong. Sinuot niya ang damit nito lalo na ang pantabing nito. Hindi niya rin kinaligtaan ang baril nito.

"Ba't ang tagal mo?!" iritang sabi ng isa.

"Nanlaban eh pero tinodas ko na," sagot niya.

"Magaling. Sige sakay na!"

Nagulat siya nang makitang si Sharie May ang biktima ng kidnapping. Mukhang masyadong mayaman ang tunay na pamilya nito para maging suki ito ng pangingidnap. Aninag sa mukha nito ang matinding takot.

"Pakawalan n'yo na ako, please," puno ng pagsusumamong anito.

"Ano kami tanga. Ang laki mong pera uy," sabi ng isa na panay ang ngisi.

"Nakatakas ka sa'min dati pero ngayon sisiguraduhin naming may mapapala na kami sa 'yo."

"Si Veronica na naman ba ang may pakana nito?" anang dalaga.

"Hindi. Alam na naming hindi siya ang tagapagmana ng mga Funtanella kundi ikaw, kaya hindi na kami kukuha ng kahit anong utos mula sa walang kuwentang babaeng 'yon."

"Mga walanghiya kayo!" Pinagbabayo nito ang katabi pero natigil ito nang tutukan ng baril. Kita niya ang pangingilid ng luha at takot na rumehistro sa mga mata nito.

Kuyom niya ang kamao ng mga oras na 'yon. Kung hindi lang niya inaalala ang kaligtasan nito baka kanina pa niya binugbog ang mga sangganong 'to.

Nang marating nila ang hideout ay agad itong pinasok sa silid. Nagpresenta naman siya na maging bantay sa loob. Naalarma ito nang pumasok siya.

"Ano'ng ginagawa mo rito?" takot na takot itong nagsumiksik sa sulok ng kama.

"Ssshhh..." Nilapitan niya ito at tinakpan ng kamay niya ang bibig nitong handa sanang sumigaw. Kitang-kita niya ang matinding takot sa mga mata nito maging ang luhang gustong kumawala roon. "Shy, si Benjie 'to." Bahagya niyang itinaas ang nakatabing sa mukha. Gulat ang rumehistro sa mukha nito. "Aalisin ko ang kamay ko pero 'wag kang mag-iingay." Tumango-tango naman ito.

"Kasama ka sa grupo nila?"

Umiling siya. "Nagkataon lang na nasa pinangyarihan ako ng krimen. Ako ang sumusunod sa inyo kanina at binalak na ipatumba pero naunahan ko ang sumugod sa 'kin. Nagpanggap akong kasamahan nila para iligtas ka."

"Ikaw talaga ang hero ko, Benjie." Nagulat siya nang sunggaban siya nito ng yakap pero agad din niyang kinalas.

"'Wag na 'wag mong ipapahalata na magkakilala tayo kundi patay tayo pareho." Umalis na siya sa kama. "Kahit nasa alanganin tayong sitwasyon, masaya akong makita ka uli, Shy." Iyon lang at naupo siya sa sahig.

Nawala ang lahat ng pangamba ni Sharie May nang malamang si Benjie ang isà sa mga armadong nagbabantay ngayon sa kanya. Hinaplos din ang puso niya sa huling salitang binitawan nito. Muli silang pinagtagpo ng tadhana kaya bigla niyang naisip na baka ito talaga ang nakalaan para sa kanya. Kinikilig siya sa ideya. Ito lang ang lalaking nakagaanan niya ng loob at hindi naman niya ikakaila na may kakaiba siyang nararamdaman sa tuwing nakakasama niya ito lalo kapag nagtatama ang mga paningin nila, hindi mapigil ang malakas na pagtibok ng kanyang puso.

Papalabas si Benjie ng banyo nang may maulinigan siyang mga nag-uusap. Sinundan niya kung saan nagmumula ang usapan saka nagtago.

"Tiba-tiba tayo 'pag nagkataon, doble ang kikitain natin sa kidnap for ransom na 'to. Isa pa, mas malaki ang alok ni Miss Veronica. Jackpot tayo."

"Tama! Ang kailangan lang nating gawin ay patayin ang babaeng 'yon habang nagaganap ang palitan ng ransom money."

"Puwede bang sumali sa plano?" Lumabas siya mula sa pinagtataguan. Gulat na napatingin sa kanya ang tatlong traydor. Ang lahat ng sandata ay nakatutok sa kanya kaya itinaas niya ang kamay. "Narinig ko lahat. Kung hindi niyo ako isasali puwede akong magsumbong."

"Kung makakapagsumbong ka." Handang-handa na ang isa na iputok ang hawak nitong baril na nakatutok sa kanya.

"Teka!" pigil ng isa. "Kakailanganin natin siya dahil tatlo lang tayo."

"Dagdag pa sa hatian 'yan eh," anang isa pa.

"Hayaan mo na para mas sure ball ang tagumpay ng plano natin. Magiging back up natin siya kung pumalpak tayo."

Nakahinga siya ng maluwag. Aalis na lamang siya nang biglang--

"Teka! Kanina pa tayo nasa hideout ha. Bakit ayaw mo pang tanggalin ang tabing mo?"

Kalmado siyang sumagot. "Ako ang bantay ng bihag. Hindi ko puwedeng ipakita sa kanya ang mukha ko."

"Plano naman natin siyang patayin ah."

Kalmado pa rin siya. "Sigurista lang ako. Kung papalpak man tayo sa plano, hindi makakapagbigay ng sketch ang dalaga kung magtangka man siyang mag-report sa pulis."

"Tama siya tsaka bilin din ni Boss na 'wag nating ipapakita ang mga mukha natin sa biktima."

Nakahinga siya ng maluwag sa narinig. Nakumbinse ang mga ito kaya nawala ang pagdududa sa kanya. Pinag-usapan nila ng mabuti ang kanilang plano. Kailangan niyang magdidikit sa mga ito, mahirap na baka may maiba sa plano. Hindi siya papayag na manganib ang buhay ng Blushing Princess niya.

"Limampung million kapalit ng buhay ng anak n'yo." Ang Boss iyon kausap ang pamilya ni Sharie May. "Magaling. Bukas na bukas malalaman n'yo ang lokasyon ng palitan."

Limampung million.

Hindi makapaniwala si Benjie. Ganoon kayaman ang tunay na pamilya ni Shy. Walang kagatol-gatol na pumayag sa gano'n kalaking halaga ang mga magulang nito. Napatingin tuloy siya sa gawi ng dalaga. Hawak ito sa magkabilang kamay ng dalawang sanggano. Nilapitan ang mga ito ng boss.

"Gusto kang makausap ng pamilya mo." Ipinatong ng Boss ang cellphone sa tenga ng nasasabik na dalaga. Mangiyak-ngiyak nitong kinausap ang pamilya. Ilang sandali lang ay inilayo na nito ang cellphone. "Tama na 'yan."

"Gusto ko pang makausap ang pamilya ko."

"Bukas ng gabi mas makakausap mo na sila. Sige itago na 'yan."

Sumunod siya nang dalhin ito sa silid. Nasabi niya ang plano ng tatlong traydor kaya inutusan niya itong makipagtulungan sa kanya para masabotahe ang tangkang pagpatay rito.

Gabi ng pagtutubos sa dalaga. Bagamat planado na ni Benjie ang gagawin para kontrahin ang plano ng tatlong traydor kinakabahan pa rin siya sa puwedeng mangyari. Hindi pa naman siya ang may hawak sa dalaga pero sinigurado niyang malapit lang siya sa mga traydor.

Narating nila ang lugar kung saan magpapalitan ng pera. Tumitindi ang kaba at takot sa dibdib niya lalo pa't alam niyang ano mang oras ay magkakagulo. Namataan nila ang sa palagay niyang ama ng dalaga kaya huminto na sila. Ilang dipa ang layo nito sa kanila. Itinaas nito ang briefcase na naglalaman ng ransom money.

"Dalhin mo sa gitna ang pera kapalit ng anak mo!" Sigaw ng Boss.

Nang magsimulang maglakad si Shy pasalubong sa ama nito ay naging alerto ang mga mata at kilos niya. Handa na ang mga baril niya sa magkabilang kamay. Isa sa traydor ang kasama ni Shy para kunin ang ransom money. Sana magtagumpay ang plano niya kundi marami ang mapapahamak.

Nang magpang-abot ang mag-ama ay inihanda na niya ang mga baril na nasa magkabilaan niyang kamay. Nang makita niya ang malakas na pagtulak ni Shy sa kukuha ng ransom money saka niya pinaputukan ang dalawang traydor na nasa kaliwa't kanan niya. Hindi siya nagdalawang isip na takbuhin ang kinaroroonan ng mga ito. Kinuha niya ang nakasukbit na granada saka inihagis sa kinaroroonan ng mga sanggano. Naramdaman niya ang pagyanig ng paligid dahil sa pagsabog.

Matinding takot ang naramdaman niya nang makitang nakatutok sa patakbong mag-ama ang baril ng traydor pero bago pa nito maiputok ang hawak na baril ay inunahan na niya ito. Bumulagta ito nang dalawang beses niya itong paputukan. Rinig niya ang putukan ng mga baril mula sa kinaroroonan ng mga sanggano. Hindi lahat natupok sa pasabog. Nakipagsabayan siya ng barilan hanggang sa naramdaman niyang may kumirot sa tagiliran niya. Ininda niya ang tama ng bala. Muli siyang naghagis ng granada. Gusto na sana niyang bumigay dahil sa natamong sugat pero nang makita niyang nakabulagta ang ama ni Shy at tangay ito ng kung sinong lalaki ay pilit niyang pinaglabanan ang sakit at pinatatag niya ang sarili. Malalaki ang hakbang na sinundan niya ang mga ito.

Pilit nitong ipinapasok sa isang kotse ang dalaga pero pinaputukan niya ang bao ng ulo nito. Padapang bumagsak ang mukha nito sa bubong ng kotse habang hindi naman mailarawan ang takot sa mukha ng dalaga na naligo sa dugo ng binaril niya. Luhaan itong napatili ng malakas.

Hindi na niya kaya ang kirot ng sugat sa tagiliran kaya hinila at sinalya niya kung saan ang bangkay.

"Pasok!" nangingiwi pero marahas na utos niya sa nakatulalang dalaga. Nahihintakutan itong sumunod. "Marunong kang magmaneho?" Nang makita nito ang tama ng bala sa tagiliran niya ay agad itong umurong papunta sa driver's seat saka siya umupo sa katabi nito.

Halos mawindang si Sharie May sa mga nangyari. Gusto man niyang panghinaan at mag-iiyak sa isang tabi, hindi puwede dahil may nag-aagaw buhay sa tabi niya na ayaw magpadala sa hospital. Nawalan ng malay-tao si Benjie dahil siguro sa rami ng dugong umagos mula sa sugat nito. Mabuti na lang naibigay na nito ang address kung saan niya ito maaaring dalhin. Panay ang usal niya ng panalangin. Hindi kakayanin ng konsensiya niya kung mamamatay ito dahil lang sa pagliligtas sa kanya. Isa pa, may bahagi ng puso niya ang sumisigaw na hindi ito puwedeng mamatay.

Isang lalaking gwapo, matipuno, maputi at matangkad ang nagbukas ng pinto para sa kanya. Nang makita nito ang duguan niyang damit ay agad itong nag-usisa. Hindi niya kayang buhatin ang katawan ni Benjie kaya ito ang pinagbuhat niya. Base sa reaksiyon nito nang makita si

Benjie sa kotse ay magkakilala ang dalawa. Walang tanong-tanong na ipinasok nito sa malaking mansyon ang walang malay na binata. Hindi na niya alam kung saan nito iyon dinala dahil pinaupo lang siya sa sofa. Mukhang nag-iisa lang ito sa bahay dahil wala siyang naririnig na ingay.

Higit isang oras din siyang naghintay bago ito muling nagpakita. "Naalis ko na ang bala. Okay naman ang mga vital signs niya. Mukha namang walang tinamaang vital organs but I recommend x-ray para mas makasiguro. May mini clinic lang ako dito sa loob ng bahay. I'm taking up medicine kaya hindi pa ako doctor. I'm Miguel Lopez. Salamat sa pagdala sa kaibigan ko."

Nakahinga siya ng maluwag sa narinig. "Sharie May Funtanella." Pakilala niya.

Dinala siya nito sa isang silid para makapagpalit siya. Pambabae ang silid base sa ayos.

"Kung may kailangan ka pa, magsabi ka lang. Tell me the story behind this, later." Isinara na nito ang pinto.

Habang naliligo ay hindi niya mapigilang isipin kung bakit magaling sa labanan ni Benjie. Halatang sanay itong humawak ng baril. Ayaw man niya pero hindi niya mapigilang pagdudahan ang pagkatao nito lalo pa't ibang-iba na ang hitsura nito kumpara noong una niya itong nakilala. Hindi pa rin ito nag-aahit o nagpapagupit. May pinagtataguan kaya ito kaya mas pinili nitong manirahan sa kagubatan? At ang guwapong nag-aaral ng medisina, hindi ito kasama sa mga barumbadong kasama ni Benjie noong una niya itong makilala. Ang daming tanong sa isipan niya na gusto niyang bigyang linaw pero sa ngayon tinigil niya muna ang pag-iisip ng sobra.

CHAPTER 3

Kinabukasan ay hindi nag-aksaya ng panahon si Benjie. Kahit panay pa ang pigil ng kaibigang si Migs ay umalis pa rin siya kasama si Shy. Ibabalik na niya ang dalaga. Ramdam pa niya ang kirot ng sugat pero kaya naman niyang tiisin.

"Kapag hindi ka pa nagawang protektahan ng mga magulang mo mula sa Veronica na 'yon hindi na kita ibabalik sa kanila," seryosong kausap niya sa dalaga habang nagmamaneho. Napag-alaman niya mula rito na hindi nito ama ang nagbigay ng ransom money kundi isang bodyguard ng dalaga at 'yong pinaputok niya ang bao ng ulo ay look out ni Veronica para kung pumalpak ang tatlong traydor matutuloy pa rin ang balak nitong pagpapapatay sa dalaga.

"Napatawad ko siya noong una pero hindi ko na siya mapapatawad ngayon lalo pa't ganito na pala katindi ang kagustuhan niyang ipapatay ako." Nalulungkot na sabi nito.

"Be kind but don't be naive, Shy. Unang pagpapakidnap pa lang niya sa 'yo balak ka na niyang ipapatay, 'di ba?"

"Wala naman talaga akong pakialam sa kayamanan ng mga Funtanella pero hindi niya pa rin pala maintindihan na ang gusto ko lang makasama ang tunay kong mga magulang. Akala ko nagbago na talaga siya dahil maganda naman ang pakitungo niya sa 'kin 'yon pala namahinga lang."

"That bitch is greedy."

"Kung sumang-ayon lang ako noon sa kagustuhan ng mga magulang ko na palayasin siya at alisan ng karapatan sa kayamanan ng Funtanella hindi sana mangyayari 'to. Nadamay ka pa at muntik mamatay."

"Huwag mo nang isipin 'yon, ang mahalaga ligtas ka."

"Salamat uli, Benjie. Alam kong naririndi ka na sa pasasalamat ko pero hindi ako magsasawang magpasalamat sa 'yo."

"Walang anuman. Hindi rin ako magsasawang iligtas ka."

Nang marating nila ang mansyon ng mga Funtanella ay nagmamakaawang babae ang nadatnan nila sa labas ng gate. Nagkalat sa kalsada ang mga gamit nito. Nang makita sila ay patakbo itong lumapit kay Shy.

"Shy please...hindi ko na uulitin. Patawarin mo ako." Hawak nito ang braso ng dalaga.

"I'm sorry Veronica pero sobra na kasi ang kasamaan mo."

"Magpapakabait na ako."

"Noon pa lang napakalupit mo na sa 'min pero sa kabila ng lahat ng nalaman ko sa tunay nating pagkatao tinanggap pa rin kita. Kahit pina-kidnap mo ako, tinanggap kita ulit dahil umasa ako na magbabago ka, na makikita mo ang mga kabutihang pinapakita ko sa 'yo. Umasa akong mahawaan ka man lang sana ng kabutihan namin ng mga magulang ko pero wala palang nagbago sa 'yo." Galit na galit na sumbat ni Shy. "May hangganan ang kabaitan ko, Veronica. Sana sa paglabas mo sa buhay namin may matutunan ka."

"Shy maawa ka. Wala akong mapupuntahan," umiiyak na anito.

"Subukan mo ring magpalaboy-laboy at tumira sa squatter's area dahil 'yon ang naranasan namin ng tunay mong ina nang palayasin mo kami dito sa mansyon. Benjie, halika na." Walang lingon likod itong naglakad papasok ng gate. Sumunod na lang siya. Sinalubong ito ng mga magulang at nagyakapan ang mga ito. Inaasahan ng mga ito ang pagdating nila dahil kagabi pa lang tumawag na si Shy dito para ipaalam ang lahat.

"Ikaw ba ang nagligtas sa anak ko? Salamat ng marami." Baling sa kanya ng ina nito. Nagpasalamat din ang ama nito.

"Wala po 'yon. Aalis na po ako."

"Kung may kailangan ka, magsabi ka lang," pahabol ng ama nito.

"Bukal sa loob ko ang pagligtas sa anak n'yo. 'Wag n'yo na ho sana siyang pababayaan." Muli niyang tinapunan ng tingin ang dalaga. Maaaring ito na ang huli nilang pagkikita. Nakitaan niya ng lungkot ang mga titig nito. Kung iba lang ang sitwasyon ng buhay niya ngayon baka ituloy niya ang naputol na panunuyo rito noon. Nang tumalikod siya at humakbang palayo sa lugar ay parang may mabigat na nakadagan sa dibdib niya.

Dalawang buwan pa ang nakalipas, natunton na sa wakas ni Benjie ang kuta ng mga dati niyang kasamahan. Kita niya ang takot na rumehistro sa mukha ng mga gunggong.

"P-Pareng Benj," mautal-utal sa takot na bati ng isa sa mga 'yon.

"'Wag na 'wag mo akong mapare-pare. Kung ayaw n'yong ubusin ko kayo lahat sabihin n'yo sa 'kin kung saan dinala ni Marcus si Felicity!" Halos lumuwa ang ugat niya sa leeg dahil sa nag-uumapaw na galit na nararamdaman.

"Interesado ka pa rin sa babaeng 'yon kahit tinraydor ka at pinagpalit kay Marcus."

"Alam n'yo kung ano talaga ang pakay ko sa babaeng 'yon kaya sabihin n'yo na!"

"Wala kang makukuha sa 'min dahil wala kaming alam." Tigas na tanggi ng isa.

"Lahat tayo gustong magbagong buhay pero hindi ko magagawa 'yon hangga't hindi ko nalilinis ang pangalan ko."

"Kung gusto mong magbagong buhay eh 'di magpakulong ka."

"Okay lang makulong kung ako talaga ang may sala. Inosente ako sa pagkamatay ng pamilya Montero. Alam n'yo 'yon! Si Felicity na lang ang pag-asa ko para malinis ang pangalan ko."

"Kahit anong gawin mo, dugong kriminal ang dumadaloy sa dugo mo. Anak ka ng isang drug lord. Malinis mo man ang pangalan mo nakatatak na sa mga tao ang maruming pangalan ng pamilya mo kaya 'wag kang mag-malinis!"

"Tarantado ka pala eh!" Pinagbubugbog niya ito sa tindi ng galit niya at walang kahit isa ang nakialam. Nawawala siya sa katinuan sa tuwing pinapamukha sa kanya na may bahid ng dumi ang dugo niya dahil sa kagagawan ng nasira niyang ama.

"Tama na 'yan! Kung gusto mo ng impormasyon kay Tasyo ka pumunta," awat ng isa.

Kumalma siya sa narinig at binitiwan ang binubugbog. Duguan ang mukha nito at halos gumapang na sa lupa. Sinuklay ng kamay niya ang mahabang buhok saka tumalikod.

Matapos ang isang linggong paghahanap kay Tasyo, natagpuan niya ito sa isang probinsiya pero kalunos-lunos ang nadatnan niya sa bahay na pinagtataguan nito. Walang awang pinagpapatay ang asawa't mga anak nito kaya puno ito ng paghihinagpis. Napag-alaman niyang kumalas na ito sa grupo ni Marcus at ito ang naging kapalit. Naging alas 'yon para sa kanya dahil sa mga nangyari madali niya itong nakumbinseng sumama sa mga plano niya.

"Tulala again," untag ng kaibigang si Aireen kay Sharie May, habang nasa mini grocery store sila sa probinsiya nito. Inaya siya nitong magbakasyon para naman daw makapaglibang siya. Summer time kaya walang pasok. Inagaw nito sa kanya ang hawak niyang pabango. "Men's cologne?" Nag-aarok itong tumitig sa kanya. "Don't tell me may boyfriend ka na!" excited at nagniningning ang mga matang anito.

"W-Wala ah." Saka tumalikod at tulak sa pushcart. Nang maamoy niya kasi ang pabango ay naalala niya si Benjie. Sigurado siyang ang men's cologne na 'yon ang gamit ng binata dahil madalas niyang maamoy 'yon sa tuwing magtatagpo sila. Mayamaya'y narinig na lamang niya ang matinis na hiyaw ng kaibigan. Patakbo niya itong binalikan at kitang-kita niyang hawak ito ng isang lalaking mukang kriminal. Hindi, kriminal talaga ito dahil bihag nito ang kaibigan niya habang may hawak na baril.

"Pasensiya na miss, kailangan talaga namin ng hostage para makalabas kami ng buhay."

"Huwag n'yo po akong papatayin," takot na takot na pakiusap ng kaibigan niya.

"Bitiwan mo ang kaibigan ko!" Matapang na utos niya sa kriminal.

"Shy! Tulungan mo ako. Ayoko pang mamatay."

"Hindi ka mamamatay kung susunod ka lang sa 'kin," anang kriminal.

"Shy, pakisabi kay Billy mahal na mahal ko siya," mangiyak-ngiyak na bilin ng kaibigan.

"Tasyo! Ano pa bang ginagawa mo?" Mula sa likuran ay rinig niyang sabi ng isang pamilyar na tinig ng isang lalaki kaya napalingon siya. Nagtama ang paningin nila. *Benjie...*

"Pre, maraming parak sa labas kailangan natin ng hostage."

Naramdaman na lamang niya ang pagkawit ng braso nito sa baywang niya. "Puwede na ang isang 'to." kapagdakay anito

"Paano 'to?"

"Iwanan mo na 'yan."

"Shy!" Rinig niya ang pagtawag ng kaibigan. "Pakawalan n'yo siya. 'Wag n'yo siyang papatayin. Hindi pa siya nagkaka-boyfriend. Maawa kayo!" Todo sigaw ng kaibigan niya habang tangay-tangay siya ni Benjie. *Bakit kailangang ipagsigawan na hindi pa siya nagkaka-boyfriend?*

Naguguluhan siya sa mga pangyayari. Ang daming tanong sa isip niya pero nalulungkot siya sa nakikitang kalagayan ng lalaking may tangay sa kanya ngayon. Nang marating nila ang kaha ay pinalabas nito ang lahat ng pera sa kahera at pinasilid sa bitbit na bag ng kasama nito.

"Walang magpapaputok kundi patay ang babaeng 'to!" Banta nito nang papalabas na sila ng establishemento. Maraming pulis ang nagkalat sa labas. Nakatutok sa sintido ng ulo niya ang hawak nitong baril. Hindi siya makapaniwalang magagawa siya nitong tutukan ng baril. Walang nagawa ang mga pulis nang makapasok sila sa kulay itim na kotse pero rinig niyang sumusunod ang mga ito sa kanila. Magkatabi sila habang nagmamaneho ang kasama nito.

"Pareng Benj, magaling kang mamili ng bihag ah. Ang ganda na makinis pa." Hindi niya nagustuhan ang tinuran ng kriminal na kasama nito.

"She belongs to me so back off."

"Baka lang puwedeng maki-share," humalakhak pang anito.

"'Wag mong tatangkaing galawin ni dulo ng daliri ng babaeng 'to kung ayaw mong pasabugin ko ang bao ng ulo mo." Seryosong seryoso na ang himig ni Benjie. "Mag-concentrate ka na lang sa pagligaw mo sa mga parak. Siguraduhin mong paparke tayo sa mga lugar na walang CCTV."

"Areglado!"

Kahit bihag siya ng mga ito hindi niya maintindihan kung bakit palagay pa rin ang loob niya, siguro dahil alam niyang isa sa mga ito ay si Benjie. Wala nang imikan ang dalawa at siya nama'y inaantok na.

Nagising siya sa pagtawag at pag-alog sa kanya ni Benjie. Nang makababa sa kotse ay hawak pa rin siya nito sa braso. Mayamaya'y may isang kotse ang pumarada sa harapan nila. Ang tinawag nitong Tasyo ang nagmamaneho. Agad silang sumakay.

"Tawagan mo ang kaibigan mo at sabihin mong ayos ka lang."

Kinuha niya sa shoulder bag na dala ang kanyang cellphone at agad na nag-dial. "Aireen, okay lang ako. 'Wag na 'wag mong sasabihin sa magulang ko na nabihag ako."

"Pero nakapag-report na ako sa pulis."

"Sabihin mong nakauwi na ako."

"Baliw ka ba?!"

"Kung gusto mo pa akong makitang buhay please sundin mo na lang ang mga sinasabi ko sa 'yo." Kailangan niyang takutin ang kaibigan.

"Mahusay," ani Benjie saka inagaw nito ang cellphone saka hinagis sa labas!

"Bakit mo ginawa 'yon?" pagalit na tanong niya.

"Wala na 'yong silbi. Matulog ka uli sa biyahe. Malayo-layo pa ang lalakbayin natin." Nagpupuyos ang kaloobang tiningnan niya ito ng masama. "Stop staring at me that way. Marami kang utang na loob sa 'kin, Shy at bilang kapalit magpanggap ka bilang asawa ko sa harapan ng lola ko."

"Ano?!" Gulat na gulat siya sa sinabi nito. "Sobra namang kapalit 'yan."

"Maliit lang na bagay 'yon kumpara sa tatlong beses kong pagliligtas sa buhay mo."

May punto naman ito pero hindi siya makapaniwalang sisingilin siya nito sa mga nagawa. "Akala ko bukal sa loob mo ang mga 'yon."

"Bukal nga 'yon sa loob ko pero kailangan kong gamitin 'yon para mapapayag ka. Maglalagi tayo sa lola ko ng mga ilang araw. Matagal na akong hindi nagagawi ro'n dahil nangako ako sa kanya na sa susunod na punta ko magbibitbit na ako ng asawa."

"Bakit hindi mo na lang ako pakawalan. Nakatakas na kayo sa mga pulis."

"Natatandaan mo 'yong sinabi ko na sa susunod na magtagpo uli ang landas natin, hindi na kita pakakawalan? You belong to me."

Kanina pa hinahaplos ang puso niya sa tuwing binabanggit nito na pag-aari siya nito. Gusto niya ang naririnig pero ayaw niya rin dahil para siyang bagay na puwede nitong ariin kailan man nito gusto. "Hindi ako bagay na basta na lang inaari."

Prente itong sumandig sa upuan at tinapunan siya ng nakakahalinang tingin. Oo, nahahalina siya. Umahon tuloy ang pamilyar na kabog ng dibdib niya sa tuwing nagtatama ang paningin nila. "You are falling for me, admit it. It's written all over your blushing face." Narinig niyang napasipol ang nagmamanehong si Tasyo. Lalo ata siyang namula sa narinig. Umiwas siya ng tingin. Narinig niyang napahalakhak ito. "I couldn't wait to be your husband, Shy. You're the Blushing Princess I was dreaming of."

"'Wag mong paglaruan ang damdamin ko," mahinang sabi niya.

"Tadhana ang naglalaro sa 'ting dalawa. Sinasakyan ko lang."

Napatda siya. Ano bang aasahan niya, na totoong in love ito sa kanya? May kung anong kirot siyang naramdaman sa sinabi nito kaya pinili niyang manahimik na lang. Narinig niya ang pagbuntong-hininga nito.

CHAPTER 4

Pumasok ang sasakyan nila sa isang malaking tarangkahan. Medyo nahirapan pa si Benjie na kumbinsehin ang gwardiya na isa siyang Hollerith kaya kinailangan pang ipakita rito ang driver's license niya. Kinapa niya ang suot na dogtag, inilabas niya 'yon mula sa loob ng suot na t-shirt saka hinubad. May dalawang singsing na nakasabit do'n, kinuha niya ang isa na yari sa ginto at may batong amythest sa gitna saka inabot sa katabing dalaga.

"Isuot mo," utos niya. Nangunot-noo itong tumitig sa kanya. Kinuha niya ang kaliwang kamay nito saka sinuot 'yon sa palasingsingan nito. Manghang-mangha itong napatingin sa singsing. "Bigay sa 'kin ni lola 'yan, ibigay ko raw sa babaeng pakakasalan ko. Magpapanggap tayong mag-asawa kaya sa 'yo muna 'yan." Umiwas siya ng tingin dahil nakaramdam siya ng hiya. Kita rin naman ang pamumula sa pisngi nito habang tinatanggap nito ang singsing kanina.

Huminto ang sasakyan at bumaba sila. Pinagmasdan niya ang malaking mansyon at parang bumalik ang alaala ng kabataan niya kasama ang pamilya. Nakaramdam siya ng kapayapaan sa dibdib. Hinagilap niya ang kamay ng dalagang nasa tabi niya saka mahigpit 'yong hinawakan. Naramdaman niya ang paghawak nito pabalik kaya lalong napanatag ang loob niya. Tinahak nila ang malawak na bakuran bago narating ang pinto ng mansyon.

"Sir Benjie, kayo po ba talaga 'yan?" Hindi makapaniwalang sabi ng isa sa mga katulong na sumalubong sa kanila. Napilitan siyang ipakita rin dito ang driver's license. "Ang laki ng pinagbago n'yo, sir pero ang guwapo n'yo pa rin lalo kayong naging macho. Sa hitsura n'yo ngayon para kayong bida sa isang mexican nobela."

"Si lola?" kaswal na tanong niya.

"Nasa beranda po."

"Sige pupuntahan na lang namin. Pakisamahan 'tong kasama ko sa magiging kuwarto niya." Tukoy niya kay Tasyo. Hawak pa rin ang kamay ni Shy, nagpatuloy sila sa paglalakad patungo sa beranda. Nadatnan nilang nakaupo at nagbabasa ng magasin ang kanyang lola sa isang malawak na beranda na napapalibutan ng mga iba't ibang uri ng bulaklak.

"Mano po," untag niya habang nakahanda na ang kamay sa pagmamano. Napatingala ito at namamanghang napatitig sa kanya. Bakas man ang katandaan sa kulubot na balat, maaaninag pa rin ang gandang taglay nito. Umahon ito sa kainauupuan at kinagulat niya ang mahigipit nitong pagyakap.

"Benjie, apo ko. Matagal na kitang hinihintay." Kumalas siya sa pagkakayakap. Bago pa sila maging emosyonal ay pinakilala niya si Shy. "Asawa!" napalakas ang boses na anito. "Bakit hindi ka nagpasabi? Kung alam ko lang e 'di sana pinauwi ko ang mama mo't mga kapatid."

"B-Biglaan lang kasi lola. Nagtanan kami."

"Ano?!" gulat na anito. "Uso pa ba ngayon ang pagtutol ng magulang?" kapagdakay anito. Napapangiwi siyang ngumiti. "Sabagay, sa hitsura mong 'yan kahit ako ang pamilya ng napakagandang babaeng 'to hindi kita pagkakatiwalaan. Mukha kang sanggano, apo."

Nakita niyang bahagyang natawa si Shy kaya pinisil niya ang kamay nitong hanggang ngayon ay hawak pa rin niya. "Lola, 'wag naman sa harapan ng asawa ko," maktol niya.

"Ano ba kasi ang ginawa mo sa sarili mo? Kung hindi ka pa nag-asawa hindi ka pa magpapakita sa 'kin. Nag-aalala ang pamilya mo sa Amerika. Hindi mo man lang sila kinokontak kaya ako ang laging kinukulit. Wala naman akong maibalita," naiiling-iling na anito.

"Eh kasi sabi mo 'wag akong magpapakita na wala akong bitbit na asawa. Tinutupad ko lang ang gusto mo."

"O siya sige na." Binalingan nito ng tingin si Shy. "Ano nga uli ang pangalan mo, ineng?"

Kinabahan si Sharie May nang pagtuunan na siya ng pansin ng lola ni Benjie. Hindi pa naman siya sanay magsinungaling. Huwag naman sana silang mabuko agad. "Sharie May po pero tawagin n'yo na lang po akong Shy." Napahigpit ang hawak niya sa magkasalikop na palad nila ni Benjie. Kanina pa rin siya nito pinipisil kaya sigurado siyang kabado rin ito sa pagpapanggap na ginagawa nila.

"Ano'ng nagustuhan mo sa apo ko?" tanong nito.

"Ha...ah...eh...m-mabait po tsaka mapagmahal."

"Paano naman nakuha ng apo ko ang loob mo sa hitsura niyang 'yan?"

Bahagya siyang natawa. "Sa una po natakot ako sa kanya pero pinakita niya po sa 'kin na wala sa kaanyuan kundi sa nilalaman ng kalooban ang kabutihan ng isang tao." Bukal sa loob ang mga sinabi niya dahil kahit ano pa ang hitsura ni Benjie ngayon, ito pa rin ang dating nakilala niya; mabait, matulungin at simpleng tao na marunong makibagay.

"Sa higpit ng hawak n'yo sa isa't isa, naniniwala akong puro ang pagmamahalan ninyo. O siya sige, magpahinga na kayo't tatapusin ko pa 'tong binabasa ko." Bumalik ito sa kinauupuan at dinampot ang magasin. Magalang silang nagpaalam.

Nang paakyat sila ng hagdan ay pilit niyang binabawi ang kamay pero ayaw nitong bitiwan. "Wala na tayo sa harapan ng lola mo," paalala niya.

"Kailangan nating sanayin ang isa't isa na magkahawak ang kamay. Iyan ang gesture natin na remarkable kay lola kaya kailangan panindigan natin para mas kapani-paniwala." Wala siyang nagawa kundi sumunod. Isa pa, masarap naman sa pakiramdam na magkahawak ang mga kamay nila.

Pinasok nila ang isang malaking silid. Kailangan nilang magsama sa iisang kuwarto kaya pati 'yon dapat makasanayan niya pero nagulat siya nang bigla itong maghubad ng pang-itaas na damit. Napalunok siya sa nakahantad nitong kakisigan. Para siyang tumitingin sa isang Greek God. Naalarma siya nang bigla itong naglakad palapit sa kanya sa nang-aakit nitong tingin. Ramdam niya ang pag-init ng mukha. Siguradong namumula na naman siya. Pilit niyang pinahinahon ang hindi mapakaling tibok ng puso niya pero lalo lang dumadagundong lalo pa't gahibla na lang ang layo nito sa kanya. Napatili at naitulak niya ito saka tumakbo palayo.

"OA mo. Kukuha lang ako ng damit," anito sabay bukas ng malaking aparador na puno ng mga damit. Kaya pala papalapit ito sa kanya kasi nasa likuran pala niya ang closet. "May mga damit pambabae rito. Tingin ko naman kasya sa 'yo. Pumili ka na lang." Bitbit ang mga napiling isuot ay pumasok ito sa banyo. "Mauuna na akong maligo, pero kung gusto mong sumabay ayos lang," makahulugan pang anito. Pinamulahan na naman siya sa narinig. Narinig niya pa ang halakhak nito bago tuluyang sinara ang pinto ng banyo.

Habang naghahanap ng masusuot ay hindi niya napigilang mag-isip kung bakit may damit pambabae sa closet nito? Pinilig-pilig niya ang ulo. Masyado nang maraming tanong ang bumabagabag sa loob niya at siguradong sa mga susunod na araw madaragdagan pa 'yon.

Nagpapahangin sa beranda ng silid si Benjie suot ang puting sando at pantalon. Malalim ang iniisip at malayo ang tingin. Kinapa niya ang naiwang singsing sa dogtag na suot, pag-aari ng ama ang dogtag samantalang ang singsing na yari sa ginto ay pag-aari ng kapatid na si Krissy. Ibinigay nito iyon bago lisanin ng pamilya ang bansa. Sa lahat ng kapatid na babae, ito ang pinakamalapit sa kanya dahil kahit nagkakaroon sila ng bangayan, ito lang ang nasasakyan ang mga ginagawa niya sa buhay. Bahagi rin ito ng samahang nabuo sa pangakuan sa lugar na tinawag nilang Paradise Promises Land, kaya talagang malapit sila sa isa't isa. Naalala pa niya panay ang iyak nito bago sila maghiwalay sa airport. Matapang na babae ang kapatid at bihira itong magpakita ng emosyon kaya alam niyang nasaktan ito ng sobra sa naging desisyon niya. Pinili niyang harapin ang konsekwensa sa ginawa ng kanyang ama. Gusto niyang manindigan at ipaglaban ang karapatan niya bilang isang mamamayan ng bansa pero mas marami ang mapanghusga. Tinatakan na ng taong bayan ang apilyedong Hollerith bilang isang angkan ng mga kriminal kung kaya hindi siya nakapamuhay ng normal at may dignidad. Sa halip, pinanindigan niya ang tingin ng mga tao sa kanya.

Naputol ang pagmuni-muni niya nang maramdamang may papalapit. Amoy pa niya ang mabangong aroma mula sa sabong ginamit nito. Pumihit siya para mas masilayan ang paparating na si Shy at parang nag-slow motion ang paligid habang pinupunasan nito ang basang buhok ng tuwalya, suot ang isa sa pambahay ni Krissy, isang loose jumper style short. Lalo tuloy siyang nangulila sa kapatid. Namumula na naman ang mga pisngi nito dahil sa paraan ng pagkakatitig niya.

"Muntik ko nang isiping ikaw ang kapatid ko sa suot mo," nakangiti aniya.

Napatda ito. "Sa kapatid mo 'to?" pangungumpirma nito.

Tumango-tango siya. "Habang nasa biyahe tayo, tumawag ako sa kasambahay at inutusan silang maglipat ng damit pambabae sa kuwarto ko. Pulos mga babae ang kapatid ko at si Krissy lang ang medyo malapit sa edad mo. Halos magkasing-katawan lang din kayo, kaya mga damit niya ang naisipan kong ipalipat. Suwerte at may mga naiwan siya rito."

"Ah..." Umaliwalas ang anyo nito at sumilay ang mabining ngiti sa mga labi. Ipinatong nito ang basang tuwalya sa likod ng upuan saka seryosong tumingin sa kanya. "Bakit pinili mong mahiwalay sa pamilya at pasukin ang ganitong buhay?"

Hindi niya inaasahan ang tanong nito kaya hindi siya agad nakapagsalita. Wala pa siyang balak magkuwento sa dalaga, siguradong mahuhusgahan nito ang pagkatao niya. Isa pa, hindi puwedeng masira ang tiwala nito sa kanya. Palagay ang loob nito sa kanya dahil sa pag-aakala nitong siya pa rin ang mabuting Benjie na nakilala nito. Gusto niya na habang nasa poder niya ito'y ganoon ang maramdaman nito. Ayaw niyang mag-iwan ng masamang imahe rito lalo pa't gusto niyang hulihin ang puso nito. "Pasensiya na, may lakad kami ni Tasyo." Hindi na niya hinintay pa ang sasabihin nito, agad niya itong iniwan.

Kanina pa niya gustong umalis dahil konti na lang bibigay na siya. Gusto niyang yakapin at hagkan sa labi ang dalaga pero pigil niya ang sarili. Pasalamat na lang siya sa tanong nito dahil nawala sa damdamin ang atensyon niya.

Muntik nang mapatili si Sharie May nang magising siyang katabi sa kama ang nahihimbing na si Benjie. Napaupo siya. Nakadapa ito, walang pang-itaas na saplot at tanging boxer short ang pambaba. Naaninag niya ang mga pahabang pilat nito sa likod, halatang matagal na ang mga 'yon. Hindi niya alam pero bigla na lang nangilid ang mga luha niya sa mata. Tila ba ramdam niya ang hapdi at sakit na sinapit nito. Dahan-dahan siyang bumaba ng kama para hindi ito magising. Nakatulugan na niya ang paghihintay rito kagabi, sigurado siyang konti pa lang ang tulog nito. Naligo siya at nagpasyang pumanaog.

Kahapon ay nanatili lamang siya sa silid dahil ayaw niyang makaharap ang lola nito na hindi ito kasama pero ngayon iba na. Naabutan niya sa kusina na abalang nagluluto ang isa sa mga kasambahay. Napag-alaman niyang ito ang kusinera ayon na rin sa pagpapakilala nito nang subukan niyang mangialam. Napilitan siyang pumunta sa malaking beranda ng mansyon kung saan madalas tumambay ang matanda. Nag-a-almusal daw roon ang matanda. Bitbit ang tinimplang kape ay tinungo niya ang kinaroroonan ng matanda.

"Magandang umaga po," untag niya. Nakangiti itong lumingon sa kanya at bumati pabalik. Inanyayahan siya nitong maupo sa katapat nito na agad niyang pinaunlakan.

"Nasaan ang apo ko?" takang tanong nito.

"Tulog pa po," tipid na sagot niya.

"Pinuyat mo ba?" pilyang tanong nito na sinagot niya ng simpleng ngiti sabay higop ng kape. "Ikaw nga talaga ang Blushing Princess ng apo ko. Natural ang rosy cheeks mo, hindi na kailangan ng blush on," kuwelang anito na lalo atang kinapula ng pisngi niya. "Dati pinapaiyak lang 'yon ng kapatid na si Krissy noong mga musmos pa sila, lalo 'pag sinasabi na ni Benjie ang tungkol sa babaeng gusto niyang mapangasawa. Wala raw prinsesang magkakagusto rito," natatawa at napapailing na wika ng matanda. Naaaliw naman siya sa kuwento nito. "Natutuwa ako na nakita mo ang tunay na nilalaman ng puso ng apo ko. Sa magkakapatid, siya ang tinuring na blacksheep ng kanyang ama dahil basagulero at napabarkada sa mga nagrerebeldeng kabataan. Itong si Krissy nga lang ang nakakausap dito ng matino kaya laking gulat ko nang magpaiwan siya."

"Ahm...ano po ba ang dahilan ng pag-alis ng buong mag-anak?" Kunot-noo itong napatingin sa kanya. "H-hindi po kasi nagsasabi si Benjie tungkol sa nakaraan niya."

"Hollerith ka na pero wala ka pa ring ideya sa nakaraan ng pamilya?" Lalong nangunot ang noo ng matanda.

Saglit siyang natigilan. Higit isang taon na ang nakakalipas nang maging laman ng balita ang isang heneral na napatunayang isang drug lord at Hollerith ang apilyedo nito. Gulat man sa nalaman ay hindi niya pinahalatang hindi niya alam ang apilyedo ng pamilya.

"Lola, nandito kami ng asawa ko para mag-relax." Sabay pa silang napalingon sa paparating na si Benjie. Bagong ligo ito, suot ang t-shirt at maong na pantalon. Nakita niya ang pasimpleng pagsenyas nito na lumapit siya kaya napilitan siyang tumayo at salubungin ito. Gayon na lang ang gulat niya nang hapitin nito ang beywang niya at hagkan siya nito sa labi. Halos smack lang 'yon pero ang lakas ng kabog ng dibdib niya at halos hindi siya makagalaw pagkatapos. Magkahawak kamay nilang nilapitan ang matanda. Ang tindi pa rin ng kabog ng dibdib niya pero may kasiyahan siyang nadama. "Mamamasyal lang kami," paalam nito sa matanda.

"Mabuti pa nga para makapag-bonding naman kayo nitong si Shy. Sobrang konti pa lang ang nalalaman niya tungkol sa 'yo. Hindi normal sa mag-asawa ang ganoon, apo."

"Bagong mag-asawa pa lang naman kami, marami pang discoveries ang magaganap..." makahulugan nitong sabi at titig sa kanya. Napaiwas tuloy siya ng tingin.

"Humayo na kayo at magpakarami," kuwelang taboy ng matanda.

"Sige lola, kung mapapapayag ko 'tong si Shy na bigyan na agad kayo ng apo, pagbubutihin ko mamayang gabi," sakay nito sa matanda sabay halakhak. Pinamulahan siya ng todo lalo nang makahulugan itong tumitig sa kanya.

Habang bumabiyahe ay wala silang imikan. Naglaho ang kilig moment niya nang humingi ito ng tawad sa ginawang paghalik sa kanya. Ginawa lang daw nito iyon para mabura ang ano mang pagdududang nabuo sa isip ng lola nito matapos nilang mag-usap. Sigurado raw itong may mga hindi siya nasagot nang tama kaya kahit hindi raw narinig ang usapan, minabuti nitong sundin ang sariling instinct.

Sa totoo lang muntik na siyang madala sa eksena. Konti na lang maniniwala na siyang mag-asawa talaga sila, pero mabuti na rin at nilinaw nito na nagpapanggap lang sila at wala siyang dapat asahan na kahit ano.

"Kailan mo ako ibabalik?" biglang tanong niya. Habang maaga pa gusto na niyang ilayo ang sarili rito dahil natatakot siya na baka ang paghangang nararamdaman niya noon sa binata ay mas lalong lumalim.

Matagal bago ito nakasagot. "Konting araw na lang. Sana mapagtiisan mo pa."

Baka kasi masanay ako na katabi ka sa kama tapos masanay ako sa mga halik mo pati sa mga holding hands natin. Baka mahirapan akong kumawala kapag kailangan na. Iyon sana ang gusto niyang sabihin pero minabuti niyang manahimik.

Pumunta sila sa isang shopping mall sa pinakasiyudad ng probinsiya. Namili sila ng ilang damit pambabae. Duda siya kung para sa kanya ang mga iyon dahil ang seksi ng mga tabas ng tela. Hindi na siya nag-abalang magtanong dahil hindi naman siya ang gagastos. Isa pa, natatakot siyang sabihin nitong para sa kanya ang mga iyon. Kinikilabutan siya. Hindi niya maaatim na magsuot ng mga ganoong tabas ng tela.

Halos hindi siya makalapit nang pumunta sila sa underwear section, samantalang ito walang kagatol-gatol na pumipili ng mga undies.

"Ano pong size ng misis n'yo, sir?" rinig niyang tanong ng saleslady.

"I think she's small." Gusto niyang takpan ang mukha ng mga oras na 'yon lalo nang gumawi sa kanya ang tingin nito.

"Honey, halika." Nakita niyang napapangiti ang mga saleslady habang papalapit siya.

"Honey, ako na lang ang bibili ng undies ko. Halika na." Pilit na hila niya rito.

"I want this in small and medium size."

"Mahiyain lang po masyado ang misis n'yo sir pero sa tingin ko po small po siya."

"The extra one is for other woman."

Nabitiwan niya ang hila-hilang kamay nito sa narinig. May kung anong kirot siyang naramdaman, patindi ng patindi habang isa-isa itong pumili ng bra na doble ang laki sa size niya. "I'll just wait outside," matamlay na sabi niya.

Bumunot ng malalim na paghinga si Benjie matapos nilang makapasok sa silid. Hindi na niya kaya ang pananahimik ng dalaga. "Shy sandali," pigil niya sa braso nito habang papasok ito sa banyo. "May problema ba?" tanong niya.

"Pagod lang ako, Benjie." Sumagot ito na hindi tumitingin sa kanya.

"Then why are you acting like a jealous wife?" Hindi na niya napigilang isiwalat ang hinala. Nagsimula lang naman itong manahimik no'ng sinabi niyang para sa ibang babae ang ilan sa mga pinamili niya.

"Sorry...alam kong wala akong karapatan."

"Sasabihin ko naman talaga sa 'yo ang tungkol kay Feli---"

"Stop it, Benjie. Hindi mo naman kailangang mag-explain." Pinalis nito ang kamay niya saka pumasok ng banyo. Nahimigan niya ng pait ang mga kataga nito kaya hindi siya pumayag na maisara nito ang pinto. Naipit tuloy ang braso niya. Napilitan itong iawang ang pinto at kita niya ang matinding pag-aalala sa mukha nito pero mas nabigla siya sa mumunting butil na gustong umalpas sa mga mata nito. Tinangka nitong umiwas pero payakap niya itong kinabig palapit at saka masuyong hinagkan ang mga labi nito. Puno ng pagsuyo ang mga halik na 'yon para maibsan ang ano mang sakit na nararamdaman nito.

"I'm sorry kung nasaktan kita," hinging paumanhin niya habang titig na titig sa mga mata nito. Hahalikan niya sana ito uli pero tumalikod ito.

"Maliligo na ako, Benjie."

Para siyang binuhusan ng malamig na tubig sa lamig ng tugon ng dalaga. Matapos magpakawala ng malalim na buntong-hininga ay lumabas na siya. Kung tama ang hinala niyang nagseselos ito, mas nasasabik siyang makita ang reaksiyon nito kapag nadala na ni Tasyo si Felicity.

CHAPTER 5

Maghapong hindi nakita ni Sharie May si Benjie kaya nang makasalubong niya sa bakuran si Tasyo ay inusisa niya ito.

"Wala akong alam," tipid na sagot nito saka papito-pitong lumakad palayo. Ngayon niya lang ito nakasarilinan kaya sasamantalahin niya ang pagkakataon. Sinundan niya ito.

"Sandali!" sigaw niya habang sumusunod dito. Napalingon naman ito. May halong ngisi ang ngiti nito. Kahit nailang siya sa paraan ng pagkakatitig nito sa kanya ay pinagpatuloy niya ang paglapit dito. "Bumili kasi si Benjie ng mga pambabaeng damit. Alam kong hindi para sa 'kin ang mga 'yon. May balak na naman ba kayong mang-hostage?" Lalong lumapad ang pagkakangisi nito.

"So hindi pa niya pinapaalam ang tungkol kay Felicity." Kahit statement 'yon tumango pa rin siya. "Halatang-halata na gusto mong alamin kung sino siya sa buhay ni Benjie." Bahagya siyang pinamulahan sa sinabi nito. "Wala ako sa lugar para magsalita pero asahan mong makikilala mo siya sa mga susunod na araw." Iyon lang at tinalikuran siya nito. "Siyanga pala," lingon pa nito. "Kung sakaling despatsahin ka ni Benjie nandito lang ako para saluhin ka," anito sabay kindat. Nandidiring kinilabutan siya sa inasta nito.

Magkatalikuran na nakahiga sila sa kama nang biglang usisain si Benjie ni Shy tungkol kay Felicity. Napatuwid tuloy ang una ng higa. Nang luminga siya sa gawi nito ay nakita niya ang maluwang na espasyo sa pagitan nila. Halos pareho na silang mahuhulog sa gilid ng kama. Ganoon ang set-up nila gabi-gabi. Mabuti pareho silang hindi malikot matulog. *Dumaldal na nga si Tasyo hindi pa dinaldal lahat.* "Ex-girlfriend ko si Felicity," aniya habang nakatingin sa kisame. Napabuntong-hininga siya dahil hindi man lang niya ito naringgan ng kahit ano. "I just really needed her so badly." Too bad, hindi niya puwedeng sabihin lahat ng tungkol sa ugnayan nila ng ex at kung bakit niya ito kailangan.

"Kailangan ko na bang sabihin kay lola na nagpapanggap lang tayo?" matamlay na tanong nito.

"No need. Ex ko lang siya at wala akong balak na makipagbalikan sa kanya."

"Siya ba ang dahilan kaya madalas kayong may lakad ni Tasyo?"

"Oo. Speaking of Tasyo, ayoko na nakikipaglapit ka sa kanya. Ako lang ang pagkatiwalaan mo para hindi ka mapahamak."

"Sige."

Katahimikan.

"Gising ka pa ba?" tanong niya. Sumagot naman ito ng oo. "Gusto kong bumawi. Labas uli tayo bukas."

"Sige."

"Matulog ka na. Mapapasabak tayo bukas."

"Goodnight."

"Goodnight."

Sana dumating ang araw na magkatabi at magkayakap na sila habang nagsasabihan ng goodnight sa isa't isa. Umayon sana ang lahat sa plano niya.

Kinabukasan ay inaakyat na nila ang sikat na bundok sa lugar na iyon. Hindi pa kilala ang lugar nila kaya mahina pa sa turismo pero ang bundok na ito ay dinadayo na ng mga kalapit bayan dahil pinagkakakitaan na ito ng lokal na pamahalaan. Nagpatayo ng isang resort malapit doon. May hot and cold swimming pool na ang tubig ay nagmumula sa bukal ng bundok. Main attraction ang zip line, ATV driving at trekking. Naalala niya ang Paradise Promises Land at ang napakagandang plano ni Kenjie sa lugar. Sana dumating ang araw na matupad iyon.

"Ano'ng una nating susubukan?" tanong niya kay Shy nang marating nila ang tanggapan ng resort.

"Kung may balak po kayong mag-zip line at ATV, best option po na unahin ang ATV driving. Mas ma-e-enjoy po ninyo ang mga tanawin sa paligid kaysa isasakay namin kayo sa van para ihatid sa starting area ng zip line. Don't worry dahil dalawa po ang magsisilbing guide ninyo sa mga adventures na gagawin." Mahusay na pagpapaliwanag ng nasa reception desk.

"I want this experience to be more intimate. Pang-dalawahan ba ang ATV n'yo?"

"Exactly, sir. Pinasadya po talaga namin ang design sa pang-dalawahang tao para sa mga magkasintahang tulad ninyo."

"That's great and correction, mag-asawa kami."

"Kailangan lang po nating pirmahan ang waiver na ito bago simulan ang adventure. Dahil may sasakyan naman kayo nang pumunta rito, hindi ko na po kayo hihingan ng driver's license. This is just to inform po na it's part of our safety precaution para patunayang marunong po talagang magmaneho ang gagamit."

"Impressive."

Matapos magkabayaran at magkapirmahan ay excited nang umangkas si Benjie sa ATV motor.

"Hop in, honey." Kimi namang umangkas si Shy. Awtomatikong pumulupot ang kamay nito sa baywang niya. Hindi maipaliwanag ang saya niya sa sensasyong dulot ng paglalapit ng kanilang mga katawan lalo na nang magdaiti na ang likod niya at ang dibdib nito. "Alright! I'm fueled!" Pinatakbo na niya ang ATV kaya lalo niyang naramdaman ang pagdaiti ng mga katawan nila dahil sa higpit ng yakap nito sa likod niya. Nang gumanda na ang tanawing nadaraanan nila ay pinabagalan niya ang takbo para ma-enjoy nila ang tanawin. Naramdaman niya ang pagluwag ng kapit nito.

"Naala ko tuloy ang kubo mo sa gitna ng kagubatang tila paraiso sa ganda. Iba talaga ang ganda ng kalikasang hindi pa naaabuso."

"Tama," sang-ayon niya. Mas lalo pa silang namangha nang marating nila ang tuktok kung saan magsisimula ang zip line. Kitang-kita nila ang napakagandang tanawin sa ibaba. Hitik na hitik sa mga berdeng puno ang paligid ng bundok at tila abot nila ang ulap sa taas ng kinaroroonan nila. Matagal siyang napatitig sa ulap. Nabahiran ng lungkot ang mga mata niya.

Hindi nakaligtas sa paningin ni Sharie May ang biglang pagtahimik at paglungkot ng mukha ng katabi habang nakatitig ito sa mga ulap. Pinisil-pisil niya ang magkahawak nilang kamay kaya napatingin ito sa kanya saka unti-unting ngumiti. Ito na yata ang pinaka-guwapong lalaki sa paningin niya ng mga oras na iyon. Sa bahay pa lang itinali na nito ang mahabang buhok sa paraang wala ni isa man sa buhok nito ang iduduyan ng hangin. Heart shape na pangahan pala ang mukha nito dahil sa guhit ng buhok sa gitnang itaas na bahagi ng noo nito.

"Manong pakibilisan n'yo diyan. Iba na makatitig 'tong asawa ko eh," napapahalakhak na anito. Nahihiyang napaiwas siya ng tingin. Mabuti na lang binigay na sa kanila ang mga protective gear para sa zip line kaya nabawasan ang ilangan sa pagitan nila.

Pinili nila na sabay silang babagsak. Nakaramdam siya ng takot at panginginig kaya nang bumagsak sila ay napakalakas ng tili niya samantalang masayang-masaya naman itong sumisigaw. Napayakap sila sa isa't isa at nagkatitigan habang tuloy-tuloy ang pag-usad nila papunta sa kabilang ibayo. Unti-unti ring nawala ang kaba sa dibdib niya siguro dahil nasanay na talaga siyang dumepende sa lakas nito sa panahon ng panganib. Kapag kasama niya ito, siguradong ligtas siya.

Ang kabilang ibayo ay sa mismong resort kaya pagbaba nila ay dumiretso sila isang cottage at nagpahinga. Nasa ibabang bahagi ng resort ang mga swimming pool pero nakatanaw lang sila roon.

"Thank you, Benjie. Masaya ako sa adventure natin."

"I wanted to spend more of this with you in the future."

Musika iyon sa pandinig niya. Sa ngayon, sasamantalahin muna niya ang mga ganito kasayang sandali sa piling nito. Saka na lang niya poproblemahin ang puso niya kapag kailangan na nilang itigil ang pagpapanggap. Gusto niyang magbaon ng masasayang alaala kasama ito.

Kinagabihan na sila nagtampisaw sa swimming pool. Sila na lang ang naroon. Nakasuot si Shy ng one piece swimsuit pero naka-short. Katamtaman lang ang katawan nito pero may korte. Hinuli niya ang baywang nito.

"Benjie..." Bakas sa mukha nito ang pagtutol. Tinangka pa nga nitong makawala pero hindi siya pumayag. Lalo niyang pinulupot ang magkabilang braso at hinapit ito palapit. Nagtama ang mga paningin nila. Tanging liwanag ng buwan lamang ang tanglaw nila. "B-Baka may makakita sa 'tin..."

"Mag-asawa naman ang pakilala natin sa isa't isa."

"Nakakahiya pa rin..."

"Ito ang mabisang pantanggal ng hiya." Nang ilapat niya ang labi sa labi nito ay sinubukan pa rin nitong tumutol pero kalaunan ay natangay ito sa mabibini at mapanuyo niyang mga halik. Nakakagulat dahil nakikipagsabayan na rin ito. Pinagbuti niya ang paghalik. Lalo siyang nadadarang kaya nagsimulang kumapa ang mga kamay niya pero itinulak siya nito ng bahagya.

"Nakakahiya," anito. Natawa siya pero saglit lang dahil pinakatitigan niya ang napaka-inosente nitong kagandahan. Mas lalo niya itong minahal. "Lumangoy na lang tayo," paiwas nitong sabi saka sinimulang sumisid pailalim.

Napapangiti siyang sumunod sa paglangoy nito. Nagpapasalamat siya sa pagdating nito sa buhay niya. Mas lalo siyang naging determinadong linisin ang kanyang pangalan.

CHAPTER 6

"**B**itiwan mo nga ako!" marahas na sigaw ng babaeng may bilugan pero seksing pangangatawan, sa kasamahan niyang si Tasyo. Bitbit nga sa balikat ng huli ang babaeng matagal na niyang gustong makaharap. Kakababa lang ng mga ito sa sasakyan pero siya kanina pa nakatayo sa malawak na bakuran para salubungin ang mga ito.

"Long time no see, Felicity," nakangising bati niya sa dalaga nang makalapit ang mga ito. Pang-bold star ang katawan ng dalaga kaya kahit naka-blouse lang ito lumilitaw pa rin ang hindi maitagong malulusog na dibdib nito. Hindi na bago sa kanya na nakasuot ito ng mini-skirt pati ang makapal na make-up nito.

"Benjie!" Nagulat siya nang yakapin siya nito. "Akala ko napatay ka na ng mga tauhan ni Marcus. Mabuti't buhay ka."

Lalo lang nadagdagan ang inis niya sa dalaga. Halata namang akting lang ang mga sinabi nito. Kinalas niya ang pagkakayakap nito at tiningnan ito ng nakakasuklam. "Alam kong nasa panig ka ni Marcus kaya 'wag na tayong maglokohan dito, Felicity," puno ng pang-uuyam na sabi niya.

"Nagkakamali ka. Natakot lang ako sa puwedeng gawin sa 'kin ni Marcus oras na tulungan kita sa kaso mo. Sana maintindihan mo. Mahal na mahal kita, Benjie."

"Kung talagang mahal mo ako hindi mo hahayaang madiin ako sa pagkamatay ng pamilya Montero. Dahil sa kaduwagan mo, naging pugante ako. Kinailangan kong magtago at mabuhay mag-isa sa gitna ng kagubatan. Pati pagpapahaba ng buhok at hindi pag-aahit ginawa ko 'wag lang akong makilala dahil wanted ako sa kasalanang hindi ko ginawa!" Gigil na gigil at galit na galit na sumbat niya.

"I'm sorry...alam mo naman na makapangyarihan si Marcus. Kung ililigtas kita, paano naman ako? Ipapapatay niya ako 'pag kumampi ako sa 'yo."

"Iniligtas kita sa maruming buhay na kinasadlakan mo pero ito lang ang igaganti mo sa 'kin, ang iwanan ako sa ere?" puno ng panunumbat na aniya. Napaiwas ito ng tingin.

"Ngayong nandito ka na sa poder ko, ako na ang dapat mong tulungan. Ibigay mo sa 'kin ang kopya ng video na magpapatunay ng pagiging inosente ko." Lalo lang itong hindi makatingin sa kanya. Napayuko ito.

"Napasakamay na ni Marcus ang video." Napamura siya. "Napakawala mo naman palang kuwenta!" bulyaw niya.

"Easy lang, pre. Paparating ang lola mo at ang peke mong misis kanina pa nakikinig sa usapan." Nagulantang siya sa pag-singit ni Tasyo sa usapan lalo na sa huling sinabi nito. Napalingon siya sa inginunguso nito at doon kitang-kita niya ang nakatayong si Shy. Hindi niya mabasa ang emosyon nito pero natakot siya sa puwede nitong maging impresyon sa kanya kung narinig nito lahat.

"Apo, siya ba ang sinasabi mong inaasahan mong bisita?" Ang lola niya 'yon na papalapit sa kanila.

Pinahinahon niya ang sarili at hinarap ng normal ang lola. "Siya nga, lola. Si Felicity, ex-girlfriend ko."

"Ex!" eksaheradang anang matanda. "Apo, mahiya ka nga sa asawa mo."

"Alam niya po ang pagdating ni Felicity." Totoong naikuwento na niya sa dalaga ang pagdating ni Felicity at kung ano ang naging papel nito sa buhay niya pero hindi kasama roon ang pagiging sangkot nilang dalawa sa isang malaking sindikato.

"Hindi na tayo puwedeng magtagal dito dahil siguradong hahanapin ng grupo ni Marcus si Felicity. Hindi puwedeng madamay ang lola ko sa mga pagkakamaling nagawa ko sa buhay." Iyon agad ang namutawi sa bibig ni Benjie matapos nilang makapasok sa silid.

"At ako puwede?" nanunumbat na turan ni Sharie May. Hinarap siya ng binata at pinakatitigan.

"Kasama ka sa mga gusto kong protektahan, Shy. Sorry dahil nadamay ka pero bukas na bukas ihahatid kita sa terminal ng bus para makauwi ka na sa inyo."

"Dahil nandiyan na si Felicity, idedespatsa mo na ako?" puno ng panunumbat na sabi niya. Hinawakan siya nito sa magkabilang balikat.

"Kasing-halaga ng buhay ng lola ko ang buhay mo kaya pinapalaya na kita. Narinig mo naman lahat, 'di ba? Magulo ang mundong ginagalawan ko kaya kailangan mong humiwalay sa mundo ko."

"Sa kabila ng mga nalaman ko, alam kong isa kang mabuting tao, Benjie. Sana mapagtagumpayan mo ang laban mo." Hindi niya inaasahan ang mahigpit na yakap nito.

"Kapag nalagpasan ko ito, hahanapin kita at tototohanin natin ang pagiging mag-asawa natin."

"Hihintayin kita..."

"Ibig bang sabihin niyan---"

"Oo. Mahal kita. Noon pa lang nagustuhan na kita. Sa mga nagawa mo para sa 'kin mas lalong tumindi ang nararamdaman ko para sa 'yo at ngayon sigurado akong mahal na nga kita, Benjie."

Muli siya nitong niyakap ng mahigpit at agad ding kumalas para gawaran siya ng napakatamis na halik sa labi. "Mahal na mahal din kita, Shy my Blushing Princess." Muling naglapat ang kanilang mga labi at sa pagkakataong ito mas marubrob ang halikan nila. Puno ng pananabik at pagsuyo.

Nang gumapang ang halik nito sa leeg niya ay lalo siyang nadarang dahil sa init at sensasyong dulot ng paglapat ng mga halik nito. Nakadagdag pa ang kiliting hatid ng mga bigote't balbas nito. Natagpuan na lamang niya ang sariling nakahiga sa kama habang nakadagan ang bigat nito sa kanya. Kapwa hubo't hubad na magka-ulayaw.

Napasabunot siya sa mahaba nitong buhok nang magsanib ang kanilang mga katawan. Ramdam niya ang hapdi at sarap na dulot ng nakakaliyong sandali. Naghalo ang mga impit na daing at paulit-ulit na paanas na sambit nila sa pangalan ng isa't isa.

Pawisan at hapong-hapo nang matapos sila sa nakakabaliw na sandaling iyon. Nakatulog sila ng magkayakap at may ngiti sa mga labi.

Hindi pa rin makapaniwala si Benjie na sa kanya na ng buo ang pinapangarap niyang Blushing Princess. Nahihimbing pa rin si Shy sa tabi niya. Ginawaran niya ito ng mabining halik sa noo tapos sa pisngi pababa sa labi saka ito dahan-dahang nagmulat ng mata.

"Benjie," halos pabulong lang na tawag nito sa pangalan niya.

"Tanghali na. Sabay na tayong maligo." Nakitaan niya ito ng pagtutol pero wala itong nagawa nang buhatin niya ito mula sa kama at dalhin sa tapat ng shower. Napatili ito nang bumuhos ang napakalamig na tubig sa hubad nitong katawan. Bumangon ang init sa katawan niya kaya sinibasib niya ito ng halik. Ramdam niya ang pagbuhos ng malamig na tubig sa bawat halikan nila pero mas ramdam niya ang init na lumukob sa buong katawan niya.

Panay ang anas at ungol nito sabay banggit sa pangalan niya habang nakasandal ito sa naka-tiles na dingding at patayo niya itong pinapaligaya. Hindi pa siya nagkasya, pinatuwad niya pa ito saka pinagpatuloy ang dahan-dahan at pabilis nang pabilis na pag-ulos...

Nang matapos ay pinagpatuloy na nila ang paliligo. Hanggang ngayong nakabihis na ay namumula pa rin ang pisngi nito at iwas ang tingin sa kanya. Magkahawak kamay silang lumabas ng silid.

Sinundan ni Sharie May si Felicity habang paakyat ito ng hagdan. "Puwede ba kitang makausap?" aniya. Tumigil ito sa pag-akyat at nilingon siya. Pinagsalikop pa nito ang dalawang kamay sa may dibdib.

"Hindi ako nandito para maging karibal mo kaya wala kang dapat ipangamba," mataray na sabi nito.

Nagulat man sa kaprangkahan nito ay hindi naman siya nagpatinag. "Napakarami kong hindi alam kay Benjie. Gusto kong malaman ang naging buhay niya kasama ka sa piling ng mga sindikatong kinasangkutan n'yo." Tiningnan siya nito ng nakakatuya.

"Sumunod ka sa 'kin," pairap na utos nito saka tinuloy ang pag-akyat ng hagdan. Nabuhayan siya ng loob.

Pinasok nila ang silid na tinutuluyan nito. Nagulat siya nang sabihin nitong biktima ito ng sex slavery at si Benjie ang tumulong dito para makawala sa mapait na sinapit. "Noong una wala akong ideya sa pagiging sangkot niya sa mga ilegal na gawain. Wala kaming permanenteng lugar dahil palipat-lipat kami ng tirahan. Gusto niya sa bahay lang ako at pagsilbihan siya na parang asawa pero hindi ako pambahay. Ayaw niya akong isama sa trabaho niya kaya si Tasyo ang pinakiusapan kong bigyan ako ng trabaho. Doon ko nalaman na nagtutulak sila ng droga at nag-aangkat ng mga ilegal na armas. Tinanggap ko ang trabaho nang hindi niya nalalaman. Nasilaw ako sa laki ng kinikita sa pagbebenta ng droga. Ginamit ko ang alindog ko para mas makakuha ng maraming parokyano. Galit na galit si Benjie nang matuklasan nito ang totoo. Ano pa nga naman ang silbi ng pagkakaligtas nito sa'kin kung masasadlak din pala ako sa mas malalang gawain? Sinubukan niya akong patigilin pero nagmatigas ako, ako ang umalis sa poder niya at kumapit kay Marcus, doon ko nakilala ang anak nitong si Marcel...

Isang gabi, nagkaroon kami ng misyon na patahimikin ang pamilya Montero dahil isa roon ay kasapi ng isang ahensya ng gobyerno na nag-iimbestiga tungkol sa lumalaganap na bentahan ng droga. Napag-alaman ni Marcus na marami na itong nakakalap na ebidensiya na magiging daan para matukoy ang grupo kaya naman nabuo ang plano. Si Benjie ang naatasang pumatay at ako naman ang susi para makapasok ang mga ito sa bahay ng mga Montero. Ginamit ko ang alindog ko para akitin ang isa sa mga anak ng pakay kaya malaya kong napasok ang mansyon at tinulungan ang grupo ni Marcel na mapasok iyon...

Kahit nakatutok na ang baril ni Benjie sa mga biktima hindi pa rin nito magawang kalabitin ang gatilyo. Kahit ako ng mga oras na 'yon, gusto kong pagsisihan na sumama ako sa plano. Pareho kami ng nararamdaman noon, hindi namin kayang pumatay ng inosenteng tao. Si Marcel ang tumapos sa misyon tapos hinampas niya ng malakas sa batok si Benjie kaya nawalan ito ng malay. Doon sinagawa ang pag-frame up."

"Bakit mo pala kinukunan ng video ang mga naganap?" singit ni Benjie na ikinagulat nila pareho. Hindi nila namalayan ang pagdating nito. Hindi nga nila alam kung gaano na ito katagal doon.

"Utos 'yon ni Marcus. Ayon kay Marcel, isa sa mga kabaliwan ng ama nito ang i-record ang mga pagpatay na ginagawa ng grupo dahil gustong gusto ng ama nito na pinapanood ang takot at nagmamakaawang mga biktima."

"Hinayaan mo ba akong ma-frame up dahil takot kang patayin ng grupo o dahil mas pinili mong protektahan ang mahal mong si Marcel?"

Nanlaki ang mata ni Sharie May sa narinig. Tinapunan niya ng tingin ang inuusig na dalaga.

"Pareho!" sigaw nito.

"Sa kabila ng mga nagawa ko para sa'yo mas pinili mong protektahan ang taong nagbalik sa 'yo sa putikan!"

"Pinagsilbihan kita at pinaligaya sa kama!"

"Wala akong ibang hiniling sa 'yo noon kundi mamuhay ng normal at never kitang ni-require na sipingan ako. Ikaw ang may gusto no'n!"

"Walang normal sa buhay ko noon, Benjie! Para akong preso, sunud-sunoran sa mga gusto mo. Hindi ako maka-hindi dahil sa utang na loob at ang pagpapaligaya lang sa'yo ang alam kong puwede kong isukli."

"Pinapili kita noon pero anong sabi mo. Wala kang mapuntahan kaya mas pinili mong sumama sa 'kin. Maganda ang plano ko noon para sa 'yo. Ramdam ko naman na ayaw mo sa sitwasyon natin pero hindi mo hinintay ang plano ko. Nagsariling plano ka kaya nauwi tayo sa ganito. Kung hindi ka pumasok sa grupo, kumalas na sana ako pero ang tanga ko na mag-alala sa kalagayan mo. You don't even deserve it!"

Kahit nasasaktan si Sharie May sa naririnig nilapitan niya pa rin si Benjie para pakalmahin ito. Kung nakamamatay lang ang tingin baka kanina pa patay si Felicity sa mga titig ni Benjie. Naramdaman na lang niya ang paghawak ng huli sa kamay niya saka hinila siya palabas ng silid. Nakita pa niya na puno ng pagsisisi ang mukha ni Felicity bago sila tuluyang nakalabas.

CHAPTER 7

Ramdam ni Benjie sa higpit ng yakap ng kanyang lola ang pagtutol nito sa pag-alis nila, pero nakapag-desisyon na siya.

"Mag-iingat kayo, apo." Pinaling ng matanda ang tingin kay Shy. "Alagaan mo ang apo ko ha." Niyakap din nito ang dalaga.

Magkahawak kamay silang naglakad papalapit sa sasakyan kung saan nakapwesto na sina Tasyo at Felicity. Tulad ng dating gawi ang una uli ang magmamaneho at katabi naman nito ang huli. Mabigat ang loob niya ngayon dahil kailangan nilang maghiwalay ni Shy alang-alang sa kaligtasan nito. Kung ano man ang kahihinatnan ng pakikipaglaban niya sa grupo ni Marcus, sisiguraduhin niyang hindi madadamay isa man sa mahal niya sa buhay.

Mapayapa nilang narating ang terminal ng bus. Emosyonal pa silang nagyakap at naghalikan ni Shy bago ito tuluyang sumakay. Nang makaalis ang bus ay matapang niyang hinarap sina Tasyo at Felicity. Napag-usapan na nila ang plano at handa na siyang banggain ang grupo ni Marcus...

Nasa isang probinsiya ngayon ang grupo ni Marcus para sa isang transakyon. Nakalap ni Tasyo ang impormasyon galing sa loob, may mapagkakatiwalaan itong kaibigan na nagtatrabaho pa rin sa grupo. Hindi maitago ang nag-aapoy na tingin ni Tasyo habang hinihintay nilang maisakatuparan ang plano. Sabik na itong makapag-higante.

Kinailangan nilang mag-check in sa hotel kung saan tumutuloy ang grupo ni Marcus. Hinubaran niya ng pantaas at pambaba ang bellboy na walang malay sa sahig. Pinatulog nila ito gamit ang panyo na may chloroform, isang uri ng kimikal na kayang magpatulog ng tao.

Matapos magbihis ng damit ng bellboy ay humarap siya sa salamin para sipatin ang sarili. Naka-itim na slacks siya at kulay maroon na pangtaas na maraming malalaking kulay dilaw na butones. Hinimas niya ang punong baba. Malinis na malinis na ang mukha niya dahil nakapag-ahit na siya. Itinali niya ang mahabang buhok sa tuktok saka sinuot ang maroon brimless cap, terno ng unipormeng suot. Nagsuot din siya ng puting gloves. Pagkatapos isuot ang itim na leather shoes ay lumapit siya sa food cart na may lamang red wine sa loob ng bucket na may yelo at ilang mga putahe ng pagkain.

"Nailagay mo na ba ang mga armas at mga kakailanganin?" tanong niya kay Tasyo.

"Nasa second layer ng cart." Suwerte dahil mini cabinet ang nasa ilalim ng food cart.

Nang marinig 'yon ay itinulak na niya ang cart palabas at dumiretso sa elevator. Limang palapag pa mula roon ang tinutuluyan ni Marcus. Nang naglalakad na siya sa pasilyo ay namataan niya agad ang dalawang tauhan nito na nakatayo sa tapat ng pinto. Malalaki lang ang katawan ng mga bodyguard nito pero mga walang utak. Hindi nakapagtatakang kahit pinahinto at nag-inspeksyon ay malaya pa rin siyang nakatuloy sa loob.

"Ilagay mo na lang 'yan sa mesa, brad." Bagong ligo si Marcus, nakatapis ng tuwalya at litaw ang mabilog nitong tiyan. Sinunod niya ang utos nito. Ilang sandali lang ay naramdaman niya na papalapit ito sa kanya. Agad siyang naalarma. Hawak na niya ang panyo na may chloroform sa kaliwang kamay habang sa kanan ay baril. Nakatalikod siya mula rito. "Ito ang tip. Makakaalis ka na."

Pagharap na pagharap niya rito ay puwersado niya itong sinunggaban at payakap na pinihit patalikod sabay takip sa ilong nito ng panyong hawak. Sinubukan nitong magpumiglas pero tinutukan niya ito ng baril sa sintido ng ulo nito. Matagal bago tumalab ang kimikal. Hinala niya'y sinubukan nitong 'wag huminga pero tao lang itong kailangan ng hangin. Pinilit niyang pagkasyahin ang katawan nito sa cabinet na nasa ibaba ng food cart. Pagod at pawisan siya pagkatapos. Ilang beses siyang huminga ng malalim bago nagpasyang lumabas ng silid. Sinigurado niyang naka-lock ang pinto. Kahit nabibigatan sa tulak na cart umakto pa rin siya na para bang hindi niya binibigay lahat ng puwersa niya sa pagtulak no'n. Nang marating ang elevator ay pasimple niyang pina-ring ang cellphone ni Tasyo. Hudyat 'yon ng susunod nitong gagawin. Pinindot niya ang floor ng parking area ng hotel.

Pagbukas na pagbukas ng elevator nakatambad na sa harapan niya si Tasyo. Hinubad niya ang pangtaas saka naman nito sinuot. Siya na ang naglagay sa ulo nito ng cap. Kanina pa ito naka-leather shoes at itim na slacks para sa plano nilang ito. Pinagsuot niya muna ito ng gloves bago nila pinagtulungang buhatin ang katawan ni Marcus para ipasok sa compartment ng sasakyan.

"Sigurado ka bang walang tao?" tanong niya.

"Napatulog ko na ang guwardiyang nag-ra-rounds dito. Binaril ko na rin lahat ng CCTV gamit ang silencer gun. Bilisan mo na, siguradong mapapansin din ito agad ng nagmo-monitor ng CCTV baka maabutan ka pa rito."

"Bilisan mo ring mag-check out."

"Sige, magkita na lang tayo sa gubat." Itinulak na nito ang food cart papuntang elevator. Siya naman ay pumasok na sa kotse at agad na pinaharurot.

"Maghanda ka na, Felicity." Kausap niya ito sa cellphone habang bumabiyahe. Tatlong oras ang binyahe niya bago narating ang napiling gubat ni Tasyo para sa gagawin nilang panggigipit at pananakot kay Marcus.

Katatapos lang makipagtalik ni Felicity sa kasintahang si Marcel. Dalawang araw lang naman siyang nawala kaya hindi ito nagduda nang magpakita siya kahapon sa harap ng mansyon. Himbing na himbing ito. Ginawaran niya ito ng halik sa labi. Hinaluan niya ng pampatulog ang inumin nito kanina kaya hindi ito basta magigising. Bumaba siya ng kama at nagbihis. Naging mapagmatiyag ang mata niya habang papalabas ng silid nito. Tinawid niya ang silid ng ama nitong si Marcus. Malaya siyang nakapasok. Ilang oras siyang naghintay bago nakatanggap ng tawag mula kay Benjie. Inutusan siya nitong hanapin ang vault kung saan nakatago ang usb type external hard drive na naglalaman ng mga koleksyon ni Marcus ng mga patayang ginawa ng grupo nito.

Nang makita ang vault ay inikot-ikot niya ang tatlong kumbinasyon ng numerong binabanggit ni Benjie habang kausap ito sa cellphone. Nang bumukas ang vault ay agad niyang kinuha ang pakay at sinilid sa dalang shoulder bag. Maingat siyang lumabas ng silid. Malaya siyang nakalabas ng mansyon.

Nakipagkita si Benjie kay Felicity. Sabay silang nagcheck in sa isang motel. Sa loob ng silid ay kinakalikot niya ang laptop. Nakakabit doon ang usb type external hard drive ni Marcus. Madali nilang nahanap ang pakay na video dahil sa filename na framed up benjie. Salamat sa kapatid niyang si Krissy na isang tech savvy, natutunan niyang mag-edit ng video sa turo nito. Inalis niya lahat ng eksenang makikita ang mukha niya at inayos ang phasing ng lahat. Iyong walang maghihinalang may nabura sa eksena.

"Ano nga palang ginawa n'yo kay Marcus?"

"Huwag kang mag-alala. Oras na makita siya ng mga pulis, hindi na siya pakakawalan ng mga 'yon." Tinupi niya ang laptop. "Kalimutan mo na si Marcel at magbagong-buhay." Inabutan niya ito ng cheque. Nagulat siya nang sunggaban siya nito ng yakap at halik.

"Magsimula tayo uli, Benjie." Muli siya nitong hinalikan pero bahagya niya itong tinulak.

"Hinihintay ako ni Shy."

"Okay lang kahit dalawa kami basta 'wag mo lang akong iwanan." Sinubukan ulit nitong yumakap pero naglakad siya palayo rito.

"Naayos man ang lahat ng gusot hindi na maibabalik pa ang dati nating relasyon, Felicity. Wala ka pa sa buhay ko, mahal ko na si Shy. Kahit umiyak at lumuhod ka pa sa harapan ko, hinding-hindi na magiging tayo."

Nang maghiwalay sila ni Felicity ay nakipagkita siya sa isang police asset para ibigay ang ebidensiyang lalong magdidiin kay Marcus, ang koleksyon nito ng krimeng ginawa. Isang malaking katangahan ang pinagkakatuwaan nito. Sinigurado niyang hindi siya makikita ng pagbibigyan. Nagsuot siya ng tabing sa mukha nang ibigay ang hard drive at para makatiyak ay sinundan niya ito hanggang makarating ito sa tinuro niyang police headquarters. Pinasuot niya ito ng wireless surveillance audio earpiece para marinig niya ang usapan sa loob.

"SPO2 Falcon, may naghahanap sa 'yo." Sinundan niya ang usapan at nang makatiyak na nasa kamay na ng pinagkakatiwalaan niyang pulis ang hard drive ay saka siya umalis. Tinapon niya ang earpiece sa basurahan. Noong nasa serbisyo pa ang ama, pinagmamalaki na nito si SPO2 Falcon kaya ito agad ang naisip niyang pagkatiwalaan. Ang police asset naman ay nakilala niya noong aktibo pa ang ama bilang pulis at hindi pa isang heneral.

CHAPTER 8

Ilang linggo ring laman ng balita ang pagkakakita sa katawan ni Marcus at pagkakadakip ng mga tauhan nito kasama ang anak nitong si Marcel.

"Matapos matagpuang hubo't hubad na nakatali sa isang poste ng ilaw na may nakakuwentas na karatulang nagsasabing 'LIDER AKO NG SINDIKATO' palaisipan sa lahat kung ano ang motibo ng gumawa nito. Kung ito'y gawa ng isang vigilante, bakit hindi ito pinatay? Mga katanungang gusto nating malinawan. Narito tayo ngayon para kapanayamin ang isa sa may hawak ng kasong ito, si SPO2 Falcon." Itinutok ang kamera sa matikas at guwapong pulis.

"Maaaring gusto lang panagutin ng gumawa nito ang kriminal gamit ang batas imbes dahas. Bago natagpuan ang katawan ni Marcus, may nag-abot ng isang matibay na ebidensiya na magdidiin sa grupong ito. Sigurado kaming galing 'yon sa gumawa nito. Sinisigurado nito na hindi makakaligtas sa batas ang grupo at mahahatulan ng karampatang parusa."

Nang matapos ang panayam ay bumalik sa headquarters si SPO2 Falcon at dumiretso sa opisina ng hepe para mag-report. "May lead na ba kayo sa gumawa nito?" tanong ni Chief Roland.

"Hindi malinis ang pagkakagawa pero malabong mamukhaan ang mga salarin. Nang mag-imbestiga kami sa hotel walang makapagturo kung sino ang salarin pero may sumira sa CCTV ng parking area. Nang tingnan namin, nakamaskara ang gumawa. Nang siyasatin namin ang CCTV sa loob may napansin kaming nagcheck-in sa isang silid. Dalawa sila no'ng una pero napansin naming hindi na lumabas pa ang isa. Sinubukan naming kunan ng pahayag ang bellboy na nakita naming lumabas doon ilang oras bago lumabas ang nag-check in pero wala raw itong alam. Halatang may pinagtatakpan. Pinag-aralan pa naming mabuti ang CCTV, napansin namin ang pagkakaiba sa katawan ng mga bellboy na naglabas masok sa silid na 'yon. Isa pa, halatang tinatago ng mga ito ang mukha dahil nakatungo maglakad. Tingin namin 'yon ang paraang ginamit para mailabas si Marcus sa silid gamit ang isang food cart na may cabinet sa ilalim. Base na rin sa salaysay ni Marcus na pinatulog siya ng isang bellboy at paggising niya nasa gubat na sila suot lamang ang tuwalya at isang wireless audio earpiece. Sinimulan itong takutin ng salarin. Wala itong nagawa kundi sumunod sa mga utos dahil nakatali ito at kaunting pagkakamali lang maaari itong barilin. Hindi na ito nagsalita kung ano ang hiningi ng mga salarin bago ito itali sa poste at sabitan ng karatula. Tingin ko'y pinagtatakpan din ni Marcus ang mga gumawa."

"Para magawa ang ganitong manipulasyon, bilib ako sa gumawa nito. Vigilante man o hindi, malaking progreso ito para sa kaso at dahilan sa pagkamatay ng pamilya Montero. Tinulungan tayo ng mga taong ito para malutas ang dalawang kasong magka-ugnay."

"Tama ka, Chief Roland."

"Paano nga pala ang pagkakadawit ng anak ng nasirang General Hollerith?" ungkat nito.

Sa unang imbestigasyon, ang pangalawa sa anak ng nabanggit nitong heneral ang suspek sa pagpatay sa pamilya Montero. Naalala niya pa ang nakaraan.

Pagpasok niya sa mansyon ng mga Montero kung saan naganap ang karumal-dumal na pagpatay sa magpapamilya, isang matangkad at matipunong lalaki ang tumambad sa kanya. Naguguluhan itong nakatingin sa mga bangkay.

"Wag kang gagalaw!" pasigaw na utos niya habang nakatutok dito ang hawak niyang baril.

"Frame up 'to! Hindi ako ang pumatay!" Kita niya ang pagmamakaawa sa mukha nito. Umaasam na paniwalaan niya ito.

"Gasgas na 'yan. Sumama ka ng tahimik para hindi ka mapasama." Unti-unti ang ginawa niyang paglapit. Poposasan na lamang niya ito nang biglang siniko siya nito sa panga ng pagkalakas-lakas dahilan para mawalan siya ng balanse at mahilo. Pinaputukan niya ito kahit nandidilim ang paningin niya. Pinilig-pilig niya ang ulo para mahimasmasan at nakita niyang tumatakbo ito palabas sa likuran ng bahay. Sunod-sunod ang paputok na ginawa niya pero lahat palya. Para itong palos sa liksi ng mga galaw. Experto rin ito sa parkour, base na rin sa galing nitong tumalon-talon at magpalipat-lipat sa matataas na bagay na madaanan nito. Sa huli, nawala ito sa paningin niya dahil hindi siya nakahabol. Naapakan ng husto ang pride niya ng mga oras na 'yon kaya ginawa niya ang lahat para malaman ang pagkatao nito.

Nang makalap ng SOCO ang fingerprint sa baril na ginamit sa pagpaslang ay pinahanap niya agad sa database ng NBI ang identity ng suspek. Nagulat ang buong kapulisan nang malamang anak ito ng dating heneral na nasangkot sa usaping droga. Lalong umigting ang kagustuhan nilang mahuli ito.

Pinakalat nila ang cartographic sketch ng mukha nito. Nakasama ito sa mga wanted list na may pabuya pero hanggang ngayon hindi nila ma-trace ang kinaroroonan nito. Lahat ng ari-ariang nakapangalan sa pamilya nito ay nabenta na. Ilang buwan silang nagmatiyag sa dating mansyon ng mga Hollerith, pati sa Saint Dominic Academy na pinagtapusan nito ng kolehiyo pero walang makapagturo sa kinaroroonan nito. Tila ito naglaho na parang bula. Nakasama ang kaso nito sa mga kasong natabunan na at hindi naresolba. Anak nga ito ng mahusay na heneral. Kung hindi lang nabahiran ng kasamaan ang pangalan ng ama nito, tanyag sana ang heneral sa lipunan bilang magaling, matapang, kinatatakutan, nirerespeto at hinahangaan sa pamumuno.

Bumalik sa reyalidad ang isip niya. "Kung totoong na-frame up siya, kailangan nating linisin ang pangalan niya. Hahanapin ko siya para makunan ng statement."

"Gawin mo ang alam mong nararapat."

Limang buwan na ang nakakalipas. Humupa na ang balita tungkol sa grupo ni Marcus. Nagpapasalamat si Benjie sa tagumpay ng kanilang plano. Hindi niya iyon maisasakatuparan kung hindi dahil sa tulong ni Tasyo kahit masama ang loob nito na hindi nito nagawang patayin si Marcus kahit gustong-gusto nito. Nakumbinse niya itong mas mabuti na magdusa si Marcus ng buhay at maranasan nito ang hirap sa kulungan. Malaking halaga ang ibinayad ni Tasyo sa bellboy para patahimikin ito. Siya naman ay malaking pananakot at pagbabanta ang ginawa para lang mapatahimik si Marcus na 'wag silang idawit. Ginamit niya ang pagmamahal nito sa inosente nitong mga anak na babae at asawa para habangbuhay itong manahimik. Sa nakita nitong kaya niyang gawin, naniwala itong kaya niyang gawin ang pagbabantang pagpatay sa mag-iina nito.

"Wala ka pa rin bang balak makipagkita kay Shy?" usisa ni Felicity nang dalawin niya ito sa bago nitong apartment.

"Haharapin ko siya kapag mayroon na akong maipagmamalaki sa kanya. Sa ngayon, pipilitin kong balikan ang buhay na dati kong tinalikuran."

"Gusto mo paligayahin kita habang wala si Shy..."

"Magbagong buhay ka na nga. Iwasan mo na ang paggamit sa katawan mo para makuha ang mga gusto mo."

"Sakit no'n ha."

"Ito na siguro ang huli kong dalaw. Ikaw na ang may hawak ng buhay mo, siguraduhin mong sa pagkakataong ito, piliin mo na ang makakabuti para sa 'yo. Mag-iingat ka."

"Ang tanga kong hinayaan kong pakawalan ang isang tulad mo, Benjie. Sana may makita pa akong kasing-busilak ng puso mo."

"Si Tasyo."

"Never mind."

Nagtawanan na lang sila.

CHAPTER 9

Kahit malinis na ang mukha, hindi pa rin nagpapagupit si Benjie dahil no'ng nakaraang linggo lang ay nagkalat uli ang cartographic sketch niya. Akala niya nagsalita si Marcus pero ayon sa balita dahil sa pagkakahuli sa grupo nabuksan ang kaso niya kaya sikat na naman ang apelyidong Hollerith sa usaping krimen. Minsan sinubukan niyang dalawin ang lola pero sa gate pa lang may namataan na siyang pulis. Naglagi na naman tuloy siya sa Paradise Promises Land.

Prente siyang nakahiga sa upuang yari sa ratan nang biglang bumukas ang pinto at iniluwa ang pulis na naka-engkwentro niya noon sa mansyon ng mga Montero. Bubunot sana siya ng baril pero nagulat siya nang mula sa likuran nito ay lumitaw ang isang singkit-hapon na lalaki. Si Kenjie Nagazaki, ang founder ng samahan sa Paradise Promises Land.

"Huwag ka nang pumalag. Nagkalat ang kapulisan sa paligid." Ang police officer 'yon na hindi inaalis ang baril na nakatutok.

"Ken, bakit?" Hindi makapaniwalang magagawa siya nitong ipagkanulo. Paano nito nalaman na nagtatago siya ro'n?

"Tulad ng pinangako ko, Benjie. Pag-aari ko na ang lupain ng Paradise Promises Land. Ilegal ang ginawa mong pagpapatayo ng kubo sa lupang pag-aari ng gobyerno na ngayon ay pag-aari ko na. Pinapalayas na kita sa lupain ko. Hindi ako magsasampa ng kaso pero mukhang may kailangan kang linawin sa batas."

Unti-unti siyang humalakhak. Nakangisi siyang tumayo. Nakita niyang tumindi ang pagiging alerto ng pulis. "Susuko na ako para matapos na ang lahat." Itinaas niya ang dalawang kamay.

Agad na lumapit ang pulis para posasan siya. Nang matapat sila kay Kenjie ay huminto siya. "Ipapaala ko lang sa 'yo na kasama pa rin ako sa mga shareholders kapag itinayo na ang Paradise Hotel at Promises Land Resort." Iyon lang at nilampasan na nila ito. Nakita pa niya ang pilyong ngiti na sumilay sa labi nito.

Nasa interogation room si Benjie kaharap si SPO2 Falcon, ang lalaking naka-engkwentro sa mansyon ng mga Montero at pinagkatiwalaan niya ng hard drive para magsilbing ebidensiya para lalong madiin ang grupo ni Marcus. Hindi niya akalaing iisa lang ang mga tinukoy. Nagulat pa siya sa ka-guwapuhan nito na kababaliwan ng mga kababaihan. Nang itanong nito kung bakit siya nasa pinangyarihan ng krimen, siyempre nagsinungaling siya. Kung magsasabi siya ng totoo magpapatuloy ang imbestigasyon sa kaso, matatagalan ang pagpataw ng parusa sa grupo ni Marcus at maaaring madawit pa ang nagbabagong buhay na sina Felicity at Tasyo. Sinabi niyang naroon siya para mag-deliver ng pizza pero bigla na lang siyang sinugod ng grupo ni Marcus at pinatulog sa pamamagitan ng malakas na pagpalo sa batok niya. Nagising siyang hawak ang baril na ginamit sa pagpatay habang wala nang buhay ang magpapamilya. Mukha namang napaniwala ito sa sinabi niya.

"Kailangan mo pa ring dumalo sa mga pagdinig ng kaso."

"Walang problema. Puwede na ba akong makalaya?" Hindi ito sumagot. Sa halip may inabot na dokumento rito na nasa loob ng folder. Binuklat nito 'yon at tahimik na nagbasa. "Impressive ang record mo sa pag-aaral ng aeronautics. Baka gusto mong sumama sa Philippine AirForce."

Nagulat siya sa sinabi nito. Nang-aarok ang mga tingin niya rito at base sa mukha nito, seryoso ito sa alok. Napangisi siyang tumayo. "Sorry, SPO2 Falcon pero may balak na akong bumuo ng sarili kong pamilya. Gusto ko silang bigyan ng normal at tahimik na buhay. Hindi ko rin kayang maglingkod sa bayan matapos ng mga pang-aalipustang ginawa nila sa pamilya ko. Nagsilbi ang ama ko sa bayan nang matagal na panahon pero ano ang naging ganti ng taong bayan...ng ahensyang pinagsilbihan niya?" puno ng panunumbat na sabi niya.

"Nagkasala sa batas ang ama mo. Kahit ako, disappointed nang sumabog ang nakakawindang na balitang 'yon pero nandito kami para sumunod sa batas kahit kalabanin pa namin ang kapwa naming nagsisilbi sa bayan."

Saglit siyang hindi nakaimik. Nagtatagis ang bagang at kuyom ang kanang kamao pero pinilit niyang kumalma. "Buo na ang desisyon ko."

"I respect that," anito sabay tayo. "Hintayin mo ang order kung kailan ka palalabasin." Tumayo ito saka lumabas na ng silid. Naiwan siyang nanggagalaiti sa galit.

Naisipan ni Sharie May na puntahan ang gubat kung saan nakatayo ang kubo ni Benjie. Ilang buwan na kasing humupa ang isyu tungkol sa grupo ni Marcus pero hindi pa ito nagpapakita sa kanya. Sobra siyang nag-aalala sa kalagayan nito pero isang napakaganda, napakakinis, napakaputi at napaka-eleganteng babae ang nadatnan niya sa loob ng kubo. Nagkagulatan pa nga sila pero ito ang unang nakabawi.

"Do you own this nippa hut?" tanong nito.

Sasagot na sana siya nang mula sa silid ay lumabas ang isang pamilyar na lalaki. Ang kaibigan ni Benjie na nag-aaral ng medisina.

"So, ito pala ang hideout ni Benjie," komento ng lalaki pagkakita sa kanya.

"You mean, he's been here all along?" anaman ng babae. Tumango-tango lang ang lalaki. "Who is she, anyway?" paling nito sa kanya.

"Okay, lady. Introduce yourself," maluwang ang ngiti na turan ng lalaki sa kanya.

"I'm Sharie May Funtanella."

"Benjie was ready to die for this girl. The one that brought him to my house with gunshot wounds was her."

"I see. I'm Claudine Anderson just call me Nadine."

"Ikaw ba si Nadine Anderson, yung model?" Namamangha siyang napatitig dito. Wala siyang masyadong hilig sa mga celebrity star kaya hindi niya ito namukhaan pero tanyag ang pangalan nito sa mundo ng pagmomodelo.

"Don't treat her as a star. She's an ordinary person just like you, Sharie May."

"Miguel is right." Ang ganda pa ng pagkakangiti nito.

"May balita ba kayo kay Benjie?" tanong niya.

"Pinahuli ko sa pulis no'ng isang linggo," singit ng isang lalaki na nakasandig sa hamba ng pinto. "Akala ko kung sinong mga tresspassers na naman. Kayo lang pala," dugtong pa nito na nakatingin kina Miguel at Nadine. Pinaling nito ang tingin sa kanya. "Miss, nakalaya na si Benjie. Hindi ko lang alam kung saan na naman nagsuot 'yon."

"Mga kaibigan niya talaga kayo?" Hindi pa rin makapaniwalang tanong niya. Mga biniyayaan kasi ng mga hitsura at mukhang mayayaman pa. Nagtawanan lang ang mga ito.

"Hindi man halata, Miss, pero magkakaibigan talaga kami."

"Kung kami mga kaibigan, ano ka naman sa buhay ni Benjie?"

Natigilan siya bigla sa tanong ni Miguel. Isa-isang sumagi sa isip niya ang maliligayang sandali na pinagsaluhan nila. Walang formality sa pagitan nila ni Benjie kaya hindi niya pwedeng sabihing girlfriend siya nito. "I'm his l-lover..." mautal-utal na sabi niya. Pinamulahan din siya nang sobra.

"Ang cute..." Ang tamis ng pagkakangiti ni Nadine.

Na-corner siya ng tatlo. Napilitan siyang ikuwento rito ang lahat ng alam niya at kung paano sila nagtagpo mula simula hanggang sa maghiwalay sila. Lalo siyang nalungkot para kay Benjie dahil tinikis nitong 'wag magpakita sa mga kaibigan nito at mamuhay mag-isa. Napag-alaman niyang ang lugar na 'yon ay sagrado para sa magkakaibigan dahil doon sila nagpapangakuan ng walang hanggang pagkakaibigan.

Iba ang kaligayahang naramdaman ni Benjie nang muli siyang makapagpalipad ng eroplano. Pinanabikan niyang mapasok uli ang cockpit, ang pilot area na matatagpuan sa pinakaharap na bahagi ng eroplano, kung sa kotse ito ang driver's seat. Siya ang nagmamaniobra sa pagpapatakbo pero may kasama siyang head captain, ang sumusuri sa bawat galaw at kakayanan niya bilang piloto. Huling hawak niya sa yoke, ang manibela ng eroplano ay noong OJT niya sa Amerika. He took up Aeronautics because he wanted to be a pilot. Kahit may mas malaking oportunidad pa sa kinuha niyang kurso bukod sa pagpipiloto, mas pinipili pa rin niyang maging piloto. Kung ito ang tinatawag na passion then he's heading on the right track. Na-miss niya rin ang pakiramdam na parang abot-kamay lang niya ang langit. Ang sarap panoorin ng mga ulap.

"Bank the plane. Your test on air is over."

Napangisi siya. Ang pagpihit pabalik ang isa sa pinaka-challenging part sa pagiging piloto dahil kailangan niyang tantiyahin ang yoke at rudder pedals base sa puwersa ng hangin. Habang tumatantiya ay tinitingnan niya ang altitude, airspeed at bank indicator sa flight instruments. Normal talaga na bumaba ang isang side ng eroplano kapag pumipihit pabalik depende sa posisyon na pinili. Tulad niya, pinili niya ang pakaliwa kaya ang kaliwang parte ng eroplano ay bahagyang nakababa. Kung titingnan sa labas, nakapatagilid ang eroplano habang lumiliko.

Nang malapit-lapit na sila sa airport, in-adjust niya ang pagkakalapat ng aviation headset sa kanyang tenga dahil handa na siyang kontakin ang ATC o Air Traffic Controllers. "PH 143, contact Manila approach, on 118.1" Nagbatuhan pa sila ng mga salitang sila lang ang nagkakaintindihan. Nang sabihing puwede na siyang mag-landing ay binabaan niya ang airspeed, tinantiya niya ang tamang anggulo ng descent at airspeed saka siya nag-focus sa throttle at yoke. Nang maramdaman na niya ang "ground effect" na tinatawag, dahan-dahan niyang hinila ang yoke hanggang sa lumapat ang dalawang gulong sa runway. Ginamit niya ang break para dahan-dahan ang usad sa runway. "NAIA Ground, PH 143, ready to taxi." Nang kumpirmahin ng ATC kung saan siya paparada ay dire-diretso na siya sa lugar na tinukoy.

Medyo pinagpawisan siya ro'n. Pag-landing na ata ang pinaka-mahirap sa pagpipiloto.

"Good job, boy." Tinapik siya sa balikat ng captain. "I'm looking forward to flight with you in the future."

"Thank you, captain." Ngumiti lang ito at lumabas na ng cockpit.

CHAPTER 10

Napasugod si Benjie sa bahay ni Kenjie dahil hindi na niya nadatnan ang kubo niya sa Paradise Promises Land. Ito lang ang alam niyang puwedeng magpa-demolish no'n.

"Nasaan ang mga gamit ko ro'n?" tanong niya agad pagbukas na pagbukas pa lang nito ng pinto.

"Bago mo alalahanin ang gamit mo, unahin mo muna ang lover mong nag-aalala sa kalagayan mo." Napakunot-noo lang siya sa sinabi nito. "A girl name Sharie May appeared claiming she's your lover."

Hindi siya agad nakaimik. "Papasukin mo naman ako."

Iba ang aura sa loob ng bahay nito, hindi naman negative vibes pero parang puno ng kalungkutan. Hindi nakapagtataka dahil ang ina lang nito ang kasama at nag-iisang anak ito.

"Si Tita, nasaan?" usisa niya.

"Huwag mong iligaw ang usapan, Benjie."

"Okay. Ang babaeng 'yon ang dahilan ng lahat ng pagbabagong ginagawa ko sa buhay ko. I wanted to build a family with that girl. Magpapakita rin ako sa kanya."

"Mabuti na 'yong malinaw. Naghahanap pa naman ako ng babaeng pakakasalan, kung hindi ka seryoso sa kanya I find her fit to be my wife."

Sa halip na magalit sa sinabi nito, pinagtakhan niya ang pagkakabanggit nito ng tungkol sa babae at kasal. Sa kanilang anim na lalaki, ito ang pinakabato pagdating sa babae at pag-ibig. Kahit gaano pa ito kasikat sa mga kababaihan no'ng high school, wala itong pinatulan kahit isa.

Even that girl who stole a kiss from him. Napangiti siya sa alaala ng nakaraan. "Bakit 'di mo hanapin ang nagpatikim sa'yo ng first kiss?" makahulugan at madiing pagkakasabi niya lalo na sa huling linya. Base sa pagkagulat at paiwas na reaksiyon nito, sigurado siyang may impact ang babaeng 'yon dito.

"Kukunin ko na ang mga gamit mo para makaalis ka na."

Napahalakhak siya habang papalayo ito. Bente dos pa lang ito pero nabili na nito ang Paradise Promises Land. Ayon sa source niya, ginamit nito ang kayamanang namana sa namatay nitong ama sa Japan. Bagamat divorce na ang mga magulang nito, isinama pa rin ito sa mga pinamanahan. Sa ilap nito, nakatikim na kaya ito ng babae? Sa kanilang anim, ito lang ang hindi pa nagkaka-girlfriend. Kahit si Miguel na malakas din ang kontrol sa babae, sigurado naman siyang nakatikim na ito. Hindi man kay Nadine malamang sa ibang babae.

"Nasaan ang mga gamit ko?" takang tanong niya nang bumalik itong walang bitbit.

"Nasa labas na."

Pagsilip niya sa labas ay may nakaparadang truck sa tapat ng bahay nito. Puno ng kagamitan niya. This guy is so damn clever.

"Labas na. Bayad na ang service niyan."

"The best ka talaga, Ken." Sinaluduhan niya pa ito bago tuluyang umalis.

Sa kasalukuyan ay kumuha muna siya ng pinauupahang bahay na kasya para sa maliit na pamilya. Kapag nakapag-ipon na siya saka siya magpapagawa ng bahay. Sinabit niya sa dingding ang naka-frame na diploma, katibayan ng pagatatapos niya ng Aeronautics. Sinunod niya ang Pilot Certificate na natanggap mula sa OJT sa Amerika matapos niyang makakuha ng lisensya sa pagpipiloto. Ito ang orihinal na pangarap niya para sarili pero pinanghinaan siya noon ng loob. Noong una siyang nag-apply sa airport dito sa bansa bumagsak siya sa interview dahil sa pagkakadawit ng nasira niyang ama. Dahil sariwa pa noon ang sugat na dala ng masalimuot na pangyayari ay muntik na niyang masuntok ang HR. Gumuho ang mundo niya nang mapagtantong wala na siyang pag-asang makapasok sa industriya ng pagpipiloto kaya naligaw siya ng landas.

Things changed nang magtagpo uli ang landas nila ni Shy. Binalik nito lahat ng desire niya na makabalik sa dating normal na buhay. Nagpapasalamat siya dahil hindi siya nabigong linisin ang pangalan niya. Nang mapatunayan sa korte na biktima lang siya ng frame-up ay inilabas agad ito sa lahat ng uri ng pahayagan, TV, radyo, diyaryo at internet. Nagkalakas siya ng loob na mag-apply uli sa pagpipiloto. Lahat binato sa kanya pero kalmado siyang sumagot at pinakita niyang desidido siyang abutin ang pangarap. Sa ngayon, naghihintay na lang siya ng tawag. Kung sa kabila ng pagpasa niya sa lahat ng exams at nakatanggap siya ng deskriminasyon dahil isa siyang Hollerith, ipaglalaban niya ang karapatan niya katulad ng pakikipaglabang ginawa ni Krissy nang tangka itong paalisin sa Saint Dominic Academy dahil sa masamang reputasyon ng kanilang ama.

Sinunod niyang isabit ay ang portrait na buo pa ang pamilya. Isa ito sa mahahalagang bagay na itinabi niya nang ibenta niya ang family house nila. Once na maayos na niya lahat, siya mismo ang kokontak sa mga ito. Sunod na kinuha niya ay ang naka-frame na larawan nilang magkakaibigan. Kuha ito no'ng mga panahong hindi pa sila ganoon kamulat sa tunay na takbo ng buhay at wala silang ibang inisip kundi magsama-sama at magpakasaya sa PPL man o sa Restobar ni Tita Martha. Balang araw makukumpleto uli silang labindalawang magkakaibigan.

Dinalaw niya ang kanyang lola sa probinsiya. Nagpapasalamat ito dahil nalinis na ang pangalan niya. Hindi ito mahilig manood ng balita pero dahil sa pagdalaw ng mga pulis dito noong panahong hinahanap siya ay sinubaybayan nito ang balita tungkol sa pagkakadawit niya sa pagkamatay ng pamilya Montero. Tuwang-tuwa ito nang makitang malinis na malinis na uli ang hitsura niya. Mula nang malinis sa publiko ang pangalan niya wala na siyang dahilan pa para magtago kaya naman bago pa siya nag-apply bilang piloto ay nagpagupit na siya ng buhok. Bagong ahit din siya.

"Nasaan pala ang asawa mo?" usisa nito.

Napaiwas siya ng tingin. "Balik eskuwela na, lola." Bagamat hindi pa siya nagpapakita sa dalaga, inaalam naman niya ang pangyayari sa buhay nito. Minsan, minamatiyagan niya ito sa mansyon ng mga Funtanella at minsan sa kolehiyong pinapasukan nito.

"Huwag na huwag kang babalik dito na hindi mo kasama ang asawa mo. Minsan dumalaw siya rito mag-isa. Hindi ka niya mahagilap. Nagloloko ka na ba?"

"Marami lang akong inaasikaso ngayon sa buhay ko, lola."

"May asawa ka na. Karapatan ng asawa mo na malaman ang mga pinagkakaabalahan mo sa buhay, apo. Kapag parati kang ganyan, baka mauwi kayo sa hiwalayan niyan."

Napabuntong-hininga siya. Parang gusto na niya tuloy sabihin sa lola ang totoo. "Don't worry, lola hindi ko hahayaang mauwi kami sa hiwalayan."

"Dapat lang. Minsan lang dumarating sa buhay ng tao ang tunay na magmamahal sa kanila kaya dapat hindi sinasayang."

Tila natauhan siya sa sinabi ng lola kaya naman agad siyang lumuwas para puntahan ang dalaga sa mansyon pero napag-alaman niyang pinagpatuloy ng dalaga ang pag-aaral sa Amerika. Isa ito sa napili ng eskuwelahan na bigyan ng scholarship sa fashion designing kaya hindi nito inaksaya ang pagkakataon. Ilang araw siyang wala sa sarili at lango sa alak nang biglang nakatanggap siya ng tawag na nagsasabing tanggap na siya bilang piloto. Nabuhayan siya ng loob.

Sampung buwan bago siya nabigyan ng pagkakataon na makalipad sa kontinente ng Amerika kaya hindi niya 'yon aaksayahin.

Kinuha niya ang address ni Shy sa magulang nito at nang makarating siya sa New York, hinanap niya agad ito sa Ithaca. Naroon kasi ang Cornell University, ang eskwelahang pinapasukan nito. Nag-check in siya sa hotel na malapit sa lugar nito saka nagpahinga. Ilang oras din siyang nakatulog at paggising niya pagabi na. Winter season kaya kahit may heater pa ang shower, lamig na lamig pa rin siya matapos maligo. Patong-patong na damit din ang sinuot niya, sando, makapal na t-shirt at itim na hooded jacket. May mahabang pangloob pa siya bago isinuot ang maong na pantalon. Pagkatapos mag-medyas ay sinuot niya ang T-Snow Boot. Guminhawa na ang pakiramdam niya dahil sa init na dulot ng winter clothes niya. Matapos niyang kunin ang wallet at nagpabango ay agad siyang lumabas ng hotel. Pumara siya ng taxi at nagpahatid sa harapan ng apartment na tinutuluyan nito.

Nang matapat siya sa pinto ng bahay nito ay nanabik siyang nag-doorbell pero mukhang walang tao. Nagkasya na lamang siyang maghintay at maupo sa dalawang baitang na hagdanan. Mayamaya ay may naulinigan siyang tawanan ng mga babae. Malakas ang kutob niyang isa roon si Shy. Hindi siya nagkamali dahil ilang sandali lang ay naglalakad na ito papunta sa kinaroroonan niya. Malaya niya itong napagmasdan, nakasuot ito ng maong na pantalon na tenernohan ng mahabang coat na kulay maroon. Nakapatong pa sa ulo nito ang hood ng coat. Dahan-dahan itong naglalakad sa suot nitong boots bitbit ang malaking handbag. Nang magtama ang mga paningin nila'y nagulat ito. Tinakbo niya ang kinaroroonan nito't niyakap ng sobrang higpit. Nangulila siya ng todo sa dalaga. "I missed you, Shy."

Parang tumigil naman ang ikot ng mundo ni Sharie May. Ang lakas ng kabog ng dibdib niya at hindi niya napigilang mapaluha. Ang sama-sama ng loob niya dito dahil hindi man lang ito nagpakita sa kanya at noong magpakita ito huli na dahil nandito na siya. Nabalitaan niya lang sa mga magulang. "I hate you..." mahinang sabi niya. Kinalas nito ang pagkakayakap at pinakatitigan siya. Pinunasan nito ang mga luha niya ng palad nito.

"I'm sorry kung ngayon lang ako nagpakita pero pinapangako ko, hangga't may pagkakataon makikipagkita ako sa 'yo."

"Paano ka nakarating dito?"

"Sumakay ng eroplano." Hinampas niya ito saka nangiti sila pareho. "Piloto na ako, Shy at mapapadalas na ang flight ko rito. Dadalaw-dalawin kita hangga't kaya ng oras ko."

"Piloto." Naiyak siya. "Sa lahat ba naman ng propesyun 'yon pa talagang hindi mo na nga hawak ang oras mo kakainin pa halos lahat ng oras mo. Paano naman ang future ko sa 'yo at ng magiging pamilya natin? May plano ka pa bang totohanin ang pagiging mag-asawa natin?" Maluha-luha pa siya sa mga tanong niya. Hinawakan nito ang magkabilang pisngi niya.

"Mahal na mahal kita, Shy pero mahal ko rin pagpipiloto tulad ng pagmamahal mo sa mga tela. Alam kong maiintindihan mo ako dahil may passion ka rin. Pangako, gagawin ko ang lahat para i-manage ang oras ko para sa 'yo at sa magiging mga anak natin."

"Halika na nga sa loob." Hinila na niya ito papasok ng inuupahang bahay. Pangdalawahan ang laki nito pero mag-isa lang siya.

"Magpalit ka lang. Pupuntahan natin ang pamilya ko sa NYC." Biglang nataranta ang utak niya. Pamilya? Hindi siya prepared!

Madaling araw na nila narating ang townhouse kung saan nakatira ang pamilya ni Benjie. Matindi ang tensyon at kaba na nararamdaman ni Sharie May. Wala naman sigurong babaeng hindi kinabahan sa first meeting ng pamilya ng kasintahang lalaki. Kung ito nakatulog sa bus habang nasa biyahe siya mulat na mulat. Mas lalo pang nagising ang diwa niya ngayong nasa harapan na sila ng bahay. Tama lang kaya ang suot niya? Nagsuot siya ng bestida at pinatungan niya ng mahabang winter coat na may fur sa kuwelyo. Mahabang boots ang suot niya para hindi siya lamigin sa bestida niyang hanggang tuhod ang laylayan. Inilugay niya lang ang mahabang buhok. May kaunting make-up naman siya. Ang higpit ng hawak niya sa braso ni Benjie lalo na nang pagbuksan sila ng isang dalagitang naka-pajama at jacket. Ito ang nakababatang kapatid ni Benjie na napilitang sumama noon sa bahay nila ng kinamulatang ina sa squatter's area. Nag-dalaga itong napakaganda.

"Kuya Benjie!" eksaheradang anito. "OMG! Mom!"

"Papasukin mo na lang kami, Tracy." Si Benjie 'yon. Sinunod naman ito ng kapatid. Niluwangan nito ang pagkakabukas ng pinto saka naman sila tumuloy.

"You look familiar," anitong nakatitig sa kanya. Hindi naman siya makaimik. "I knew it! You're the squatter girl!" Muli siya nitong pinasadahan ng tingin.

"Tracy, call them and stop scrutinizing her."

Paismid itong tumalikod. Ilang sandali lang ay kaharap na nila ang isang ginang at dalawa pa sa mga kapatid nito. Pulos naggagandahang mga kababaihan. Halos madurog ang puso niya nang makita ang pananabik ng ginang sa anak nito. Ang pagtulo ng luha at pagyakap nito ng mahigpit kay Benjie nang lapitan ito ng binata.

"Anak, siya ba 'yong sinasabi sa 'min ng lola mo na asawa mo?" Ipinaling ng ginang ang tingin sa kanya. Napilitan siyang lumapit at nagmano. "Salamat sa pagmamahal sa anak ko," mangiyak-ngiyak na anito.

"Ma, hindi pa kami kasal pero may balak kami once na nakapagtapos na siya ng pag-aaral."

"Niloko mo ang lola mo?" may himig galit sa tono ng boses na tanong nito.

"Ma, alam n'yo naman si lola."

"Kusa ka bang sumama rito sa anak ko?"

Bahagya siyang napangiti. "Opo. Mahal na mahal ko po si Benjie kaya sinuportahan ko siya sa pagpapanggap."

"Kuya, bakit 'di man lang kayo nagpasabi?" singit ng isa sa mga kapatid nito. Hula niya ito si Krissy. Nakabusangot ang mukha nito. Mukhang bagong gising.

"Bakit nga pala kayo nandito?" tanong ng isa pang babae. Hula niya'y ito ang nakatatanda nitong kapatid.

Ikinuwento ni Benjie na isa na itong ganap na piloto, kinagulat at kinatuwa naman ito ng pamilya. Nang sabihin nitong nag-aaral siya ng fashion design dito sa Amerika, manghang-mangha ang mga itong napatingin sa kanya.

"I couldn't believe it! How could a squatter girl like you got a very rare opportunity like that?"

"Squatter girl?" halos sabay-sabay na tanong ng mag-iina.

"Long story. Ang mahalaga nasa maayos na ang buhay niya ngayon. Squatter man siya o hindi, hinaharap ko pa rin siya sa inyo bilang babaeng balak kong iharap sa altar para makasama habang buhay."

"Kung ikaw ang dahilan kaya tumino 'tong si Benjie wala na kaming paki kung saan ka pa nanggaling. Welcome sa family."

"Tama si Ate Diane." Nakangiti na si Krissy.

Inumaga na sila sa dami ng pinagkwentuhan nila. Nagpasya ang pamilya na mamasyal. Ang saya-saya niya dahil hindi mahirap pakisamahan ang pamilya nito. Parang mga babaeng bersyon ni Benjie, matatapang ang aura pero mabubuting tao naman pala.

Tanaw nila mula sa puwesto ang Statue of Liberty. Nagulat siya nang bigla siyang kabigin ni Benjie at siilin ng halik. Nakaramdam siya ng hiya lalo't napakaraming tao sa paligid nila at naroon pa ang pamilya nito. Ramdam niya ang pumumula ng pisngi nang matapos iyon. Lumapit sa kanila si Tracy at pinagmamalaki nitong sinabing nakunan nito ang sweet moments nila. Nang pinakita nito ang larawan sa DLSR nito ay parang gusto niyang kumuha ng kopya. Ang sweet kasi at backgorund pa nila ang Statue of Liberty.

"Don't worry I'm gonna make a copy for both of you."

Tila ba nabasa nito ang gusto niya. Napangiti na lang siya. Pagkatapos nilang mananghalian sa isang mamahaling restaurant ay kinailangan na nilang magpaalam ni Benjie.

"Minsan dadalawin ka namin sa Ithaca para hindi ka naman laging nag-iisa," anang ina ng tahanan.

"Sige po. Magsabi lang po kayo."

Halatang napagod sila kaya buong biyahe pabalik ng Ithaca ay tulog sila. Nang marating nila ang apartment niya ay sinibasib siya nito ng halik pagkasara na pagkasara ng pinto. Tinugon niya ng buong puso ang pagpapadama nito ng pag-ibig. Ramdam na ramdam niya ang pananabik nila sa isa't isa. Naramdaman niya ang lamig nang hubarin nito ang suot niyang coat.

"Doon tayo sa may fireplace..." paanas na suhestiyon niya.

Binuhat siya nito na hindi tinitigilan ang pakikipaghalikan sa kanya. Inihiga siya nito sa mahabang sofa at tuloy-tuloy ang romansahan nila. Nang ilihis nito pababa ang sleeve ng bestidang suot niya at sakupin ng bibig nito ang nakalantad niyang dibdib ay tuluyan na siyang nilamon ng matinding sensasyon. Gusto niyang maramdaman lalo ang init ng katawan nito kaya mula sa ilalim ay tinaas niya ang suot nitong t-shirt. Tumigil ito sa ginagawa saka ito na ang kusang naghubad ng jacket at t-shirt na suot nito pati pambabang kasuotan...

Inangkin siya nito sa ibabaw ng ng mahabang sofa at buong puso siyang nagpaubaya. Paulit-ulit hanggang sa pareho silang mawalan ng lakas. Pang-isahan lang ang kama pero natulog sila roon na magkatabi at magkayakap, nakahilig siya sa dibdib nito samantalang yapos ng matipuno at mainit nitong mga braso ang katawan niya.

Nagising si Benjie na nasa bisig niya ang pinakamamahal na si Shy. Nakaramdam siya ng pangangawit sa puwesto nila kaya dahan-dahan siyang bumangon. Ingat na ingat siyang hindi magising ang nahihimbing na dalaga. Ginawaran niya ito ng mabining halik sa noo sabay napangiti. Nanariwa kasi sa alaala niya ang pinagsaluhan nila. Pinulot niya ang mga nagkalat na pinaghubaran sa sahig at agad na dumiretso sa shower room. Nagmadali siyang naligo at nagbihis. Babiyahe pa siya pabalik sa John F. Kennedy airport. Dahan-dahan niyang binuhat at hinatid sa silid nito ang dalaga. Nang maihiga ito ay kinumutan niya ang hubad pa rin nitong katawan. Kung puwede lang manatili siya roon ng matagal na panahon gagawin niya. Ayaw niya sana itong iwanan ng hindi man lang ito nakakausap pero nakarami sila kagabi kaya halatang pagod ito. Muli ay ginawaran niya ito ng halik sa labi.

"I love you, Shy..." bulong pa niya sa tenga nito. Bahagya itong kumilos at umungol pero tulog pa rin naman.

Maaliwalas ang mukhang tinungo niya ang tinukoy na paliparan. Matapos magbihis ng damit na pampiloto ay hinintay niya ang kapatid na si Krissy sa lobby ng Departure Area.

"Sorry I'm late. Ang hirap pumuslit sa opisina." Humihingal na paliwanag nito.

"Manager ka naman ah. Anyway, binilin kasi sa 'kin ni Kenjie na sabihin ko 'to. Tulad ng plano, nabili na nga niya ang Paradise Promises Land gamit ang pera niya siyempre kasama ang perang napag-ipunan ng barkada habang part-timer tayo sa Restobar ni Tita Martha. Gusto niyang ikaw ang mamahala ng ipapatayong resort at hotel sa lugar tulad ng napag-usapan dati."

"Bakit hindi na lang siya? Business course din naman ang tinapos niya ha."

"Alam mo namang may pinapamahalaan din siyang kompanya na minana niya pa sa mother side. Isa pa, kahit ako hindi makapaniwala pero nagbabalak na siyang mag-asawa."

"What?!" Sa hitsura nito mukhang mas matindi ang hindi nito paniniwalang mag-aasawa si Kenjie. "Are you kidding me? Sa inyong mga lalaki siya ang naiisip kong kahuli-hulihang mag-aasawa. Malakas pa nga ang paniniwala ko na tatanda siyang binata eh."

"People change, Krissy. Sana nga balang araw maringgan din kita ng tungkol sa pag-aasawa." Umiwas ito ng tingin. Kung sa kanilang mga lalaki si Kenjie ang puwedeng maging matandang binata, sa mga babae naman ang kapatid niyang ito ang kinatatakutan niyang maging old maid. Walang hilig sa lalaki. Hindi nga niya nabalitaan kahit minsan na nagka-boyfriend o nakipagmabutihan ito sa isang lalaki. Walang ibang gusto ang kapatid kundi maging matagumpay sa career. Iyon lang ang focus nito.

"Kung tatanggapin ko kasi ang alok ni Kenjie, kailangan kong iwanan sina mama rito and I don't think na papayag sila na bumalik pa ako sa Pinas." Nagbaba ito ng tingin pero nahuli niya ang lungkot na lumarawan sa mukha nito.

Tatlong taon na mula nang mag-desisyon ang mga ito na magbagong buhay dito sa Amerika. Masaya siya dahil hindi naman nabigo ang mga ito pero mukhang sariwa pa rin sa alaala ng mga ito ang sinapit ng kanilang ama. Hinawakan niya ito sa balikat.

"Krissy, desisyon mo pa rin ang masusunod. Kenjie will surely understand whatever your decision is pero huwag mong kakalimutang kasama ka sa mga binuo niyang pangarap. Aminin man niya o hindi but I'm sure parte ito ng plano niya para mabuo uli ang samahan."

"Pag-iisipan ko."

Two years later.

Magkakasabay na lumabas ng NAIA ang pamilya Hollerith kasama ang pilotong si Benjie. Bitbit ang napakaraming bagahe ay sumakay sila ng van. Sa wakas, makalipas ang limang taon na paglimot sa pangit na nakaraan nagpasya na rin ang pamilya na bumalik sa bansa. Ang dating inuupahang bahay ni Benjie ay binenta na ng may-ari sa kanya at doon niya balak patuluyin ang pamilya. Nakapangasawa ang Ate Diane niya ng isang pinoy sa Amerika kaya nagpaiwan ito kaya ang dalawang bunsong kapatid na babae at ang ina na lamang ang kasama niya. Sapat na ang laki ng bahay para sa mga ito. Nakabili na rin siya ng bahay para sa kanila ni Shy kaya bubukod din siya kapag naikasal na sila.

"Pagpasensyahan n'yo na. Hindi kasinglaki ng dati nating mansyon pero galing sa pagod at pawis ko ang pinambili ko rito kaya proud akong patuluyin sa bahay ko na bahay n'yo na rin," aniya habang binubuksan ang pinto ng bahay.

"Kuya, ganito lang din naman kalaki ang townhouse namin sa NYC," anang bunsong si Tracy. Natutuwa naman siya at hindi na materyosa ang kapatid.

"Tama ang kapatid mo, anak. Mula noong manirahan kami sa Amerika natuto kami na pagtiisan ang kung ano ang mayroon. Mas masaya nga kung maliit lang ang bahay dahil ilang kilos lang magkakakitaan na ang miyembro ng pamilya."

"Hindi mo ito maipagmamalaki sa mga kaibigan mong sosyal, Tracy." Si Krissy 'yon.

"Ate, ang tanong may kaibigan pa ba ako rito? Magmula noong nangyari 'yong trahedya sa pamilya natin I realized nag-ipon lang ako ng mga plastic na kaibigan buti na lang blessed ako sa family."

"Uy kahit hindi mo tinuring na kaibigan si Andoy, siya lang ang bukod tanging nandoon no'ng mga panahong 'yon."

"Ew pa rin ang pangalan niya. Parang pangalan ng bagyo," nakangusong anito.

Masayang pinagmasdan ni Benjie ang kanyang pamilya na hindi nakasama ng matagal.

Habang pinagmamasdan ni Sharie May ang SMF Boutique ay hindi pa rin siya makapaniwalang nakatayo na ito. Bago siya magtapos sa scholarship niya sa fashion design sa Amerika ay inayos na niya ang pagpapatayo ng boutique niyang ito. Sa tulong ng mga magulang at matalik na kaibigang si Aireen ay napagtagumpayan niya iyon kahit nasa ibang bansa siya.

Dalawang palapag iyon. Sa unang palapag naka-display ang mga damit na siya mismo ang nag-disenyo. Sa pangalawang palapag naman nangyayari ang produksiyon. Kahit baguhan pa lang sa larangan ng fashion, gusto na agad niyang makipagsapalaran. Balang araw makikilala ang mga gawa niya at ipagmamalaki siya ng kinagisnan niyang ina na namayapa na. Kung hindi dahil sa pagiging mananahi nito, wala siguro siyang pangarap.

Nasa loob siya ng kanyang mini-office na matatagpuan din sa ikalawang palapag ng boutique. Abala siya sa ibabaw ng mesa, iginuguhit niya ang ilan sa mga desinyo para sa susunod niyang collection nang biglang bumungad si Benjie. Lumapit ito sa kinauupuan niya sabay halik sa pisngi.

"Please show me the sketch of your dream wedding dress," anito na kinabigla niya. Napaling tuloy dito ang focus niya. "Don't tell me wala pa."

"Ano naman kung meron na o wala pa?" nanghahamong aniya.

"Because I'm here to propose." Umupo ito sa mesa at may inabot na singsing sa kanya. Ilang minuto siyang nakatulala at halos hindi alam ang sasabihin. Naramdaman na lamang niyang isinusuot nito ang singsing sa daliri niya. "Marry me, Shy." Napatayo at napayakap siya rito.

"I love you, Benjie."

"Thank you."

"Thank you?"

"Thank you for loving me especially during my worst days." Umiling siya at pinakatitigan ito sa mata.

"Ikaw ang unang nagmahal sa 'kin during my worst days. Ikaw ang nagturo sa puso ko na magmahal kahit gaano pa kapangit ang sitwasyon ng buhay. You taught me to love and see through from the heart."

"Shy, wala pa tayo sa altar. I-reserve mo na lang 'yan sa wedding vows natin." Nahampas niya ito ng bahagya.

Namula siya ng husto. "I love you my Blushing Princess..."

Para pagtakpan ang hiyang naramdaman ay hinalikan niya ito na buong suyo naman nitong tinugon. Lingid sa kaalaman nito, ang dream wedding dress talaga ang unang sketch na ginawa niya. Kahit sa squatter's area lang siya nakatira dati nangarap siyang maikasal. In-imagine niya ang A-line chapel train style na wedding dress niya. Silky organza ang fabric na balak niyang gamitin para flowy, presko at magaan lang sa pakiramdam.

Balak niya ring gamitan ng swarovski crystal ang istilong single strap at brooch na malapit sa hip line. Simpleng istilo para sa simpleng taong tulad niya.

WAKAS

EPILOGUE

"**D**ahil ngayon ka lang humingi ng pabor sa'kin tungkol sa babae, libre na 'yan." Tinapunan ng tingin ni Kenjie ang folder na inaabot sa kanya ng kaibigang si Josh saka marahang kinuha 'yon at pinasadahan ang laman. "Pero ibang usapan 'yong deal na tungkol sa Paradise Hotel at Promises Land Resort."

Seryoso siyang napangisi saka tinapunan ng tingin ang kaharap. "Negosyante ako, Josh. Wala naman akong balak na gawing libre ang serbisyong ibinigay ng ahensya mo. Magpasalamat ka pa nga na hindi ako sa iba lumapit kahit alam kong nagsisimula pa lang itong ahensya mo." Ahensya ito ng mga private investigators. Criminology ang tinapos nito pero dahil humihilera rin ang angkan nito sa usaping negosyo, mas ginamit nito ang kurso sa negosyo kaysa maging pulis.

"Mabuti na 'yong malinaw. Kelan ba sisimulan ang pagpapatayo ng Paradise Hotel at Promises Land Resort?"

"Ngayong taon, sisimulan ang construction. Once maayos na ang lahat, magpapatawag ako ng meeting."

"How about Caly? Kasama pa ba siya sa mga plano?"

Natigilan siya. Sariwa pa sa lahat ang rebelasyong naganap sa nakaraan nilang reunion matapos nilang hindi magkita-kita ng limang taon. Ayaw man nila ang landas na piniling tahakin ni Caly, wala na silang magagawa pa. Nakakalungkot lang dahil ito ang orihinal na miyembro ng samahang binuo niya kasama ang isa pa, si Nica.

"Mananatili ang orihinal na plano. Isasama ko pa rin siya sa mga shareholders."

"Sabi mo eh," kibit-balikat na anito. "Teka lang, alam kong sa lahat ng mga babaeng naglaway sa'yo sa campus, si Cherry ang pinaka-hindi mo makakalimutan dahil sa nakaw na halik niya. Bakit biglaan naman ata ang pagpapahanap mo sa kanya?"

Umiwas siya ng tingin at pinaling ang pansin sa laman ng nakalap na impormasyon ng kaibigan. "Kailangan kong ikasal sa lalong madaling panahon." Sinagot pa rin niya ang tanong ng kaibigan. Hindi nakaligtas sa pandinig niya ang nakakatuyang munting tawa nito.

"Tama ba ang narinig ko? Ikaw, gustong ikasal? Hindi mo pa nga nararanasang makipag-fling sa edad mong 'yan tapos kasal agad ang nasa isip mo? Hindi ba puwedeng girlfriend muna ang hanapin mo bago bride?"

"Kilala mo 'ko, Joshua. Ayokong sinasayang ang oras ko katulad ng pag-aaksaya mo ng oras sa mga ka-fling mo." Hindi ito nakaimik. Tinupi niya ang hawak na folder at umahon sa kinauupuan saka nagpaalam. Bago niya tuluyang lisanin ang opisina nito ay nag-iwan pa siya ng mensahe. "I honor your words so hindi ko na babayaran 'to." Iwinasiwas niya pa ang hawak na folder bago tuluyang lumabas. Nakita niya pa ang pag-iling at munting ngisi sa labi nito. May nakasalubong pa siyang babae na flirty manamit. Tuloy-tuloy itong pumasok sa loob ng opisina ng kaibigan. Napapailing na lang siya. Kung hindi lang ito nagmatigas baka matinong lalaki na ito sa piling ng kaibigan nilang si Jane.

Naka-parke ang sasakyan niya ngayon malapit sa isang TV station kung saan nagtatrabaho si Cherry. Pangalawang balik na niya ito. Noong una hindi siya nagkaroon ng pagkakataon na makausap ito dahil sinundo ito ng kasintahan. Ngayon, tiniyak niyang magkaka-usap sila. Nang mamataan niya ito ay agad niyang pinasibad ang sasakyan at huminto siya sa tapat nito. Binaba niya ang windshield. Nakita niyang nangungunot ang noo nito sa pagtataka tapos biglang napaawang ang mga labi nang ngitian niya. Nanlaki rin ang mata nito sa gulat. "Hop in," paanyaya niya.

"Salamat na lang. May sundo ako."

"I know he's not coming." Lalong nangunot ang noo nito.

"Then I'll call my driver."

"Your car is coding today." Lalong napaawang ang labi nito.

"Are you stalking me?" May galit ang tonong anito.

"Oo at kung hindi ka pa sasakay I'll be your stalker for the rest of your life."

"I'll sue you for that," mataray pa ring anito.

"Then see you in court." Lihim siyang natatawa sa reaksiyon nitong windang na windang. "Simple lang, kung sasakay ka hindi na natin kailangang umabot sa korte baka sa altar puwede pa." Napaawang na naman ang labi nito sa narinig tapos irita nitong binuksan ang pinto saka sumakay.

"What do you want?" mataray na anito.

"Where's the old Cherry, the submissive one?" makahulugang aniya. Hindi ito sumagot, sa halip kinalikot nito ang hawak na cellphone.

"Tatawagan ko lang ang BOYFRIEND ko ha baka maghintay 'yon."

"I told you he's not coming." Inagaw niya ang cellphone nito. "Just focus on me."

"Ikaw ang mag-focus sa daan," anito sabay bawi sa cellphone.

Pabuntong-hininga niyang pinaling ang tingin sa daan pero kita sa peripheral vision niya na sinusubukan nitong tawagan ang kasintahan pero halatang walang sumasagot. Hanggang sumuko na ito. Sinubukan siya nitong kausapin pero tahimik lang siya para ipakitang focus siya sa daan.

"Pinaglalaruan mo ba ako, Kenjie?" kapagdakay anito.

"You know I take life seriously and beside hindi na tayo mga bata para maglaro."

"Then why are you doing this?" Nasa himig nito na gusto talaga nitong makuha ang paliwanag niya.

"I'm going to explain everything later, but for now sit back and enjoy the ride."

Ayaw gumalaw ng mga paa ni Cherry nang makita ang lugar na pinagdalhan sa kanya ng ungas na si Kenjie. Sa haba ng biyahe nakatulog siya kaya hindi niya alam kung saang lupalop sila ng bansa ngayon. Ang tanging nakikita niya ay isang kagubatan sa tabi ng kalsada at papasok doon ang binata habang siya parang gusto nang bumalik sa loob ng kotse. Hindi niya alam kung para saan ang pagkabog ng dibdib niya, sa nakatakdang mangyari oras na sumama siya rito o sa pamilyar na damdamin na mayroon siya para rito?

First love, first crush, first puppy love at first kiss niya ang binata kahit hindi naman naging sila. Naging agresibo siya dati sa pagpapakita ng tunay niyang nararamdaman kaya nagawa niya itong sunggaban ng yakap at halik pero mga bata pa sila noon. Nasa tamang edad na siya ngayon at wastong pag-iisip kaya kahit pinapatibok pa rin nito ang puso niya dahil lalo itong gumuwapo at naging matikas, hindi pa rin siya puwedeng magpa-biktima.

"Ano'ng balak mo? Sa tingin mo sasama ako sa'yo diyan porque ikaw si Kenjie Nagazaki, ang hearthrob ng Saint Dominique Academy na kinabaliwan ko dati?"

"Burahin mo 'yang maruming laman ng utak mo. Ikaw na rin ang nagsabi, hearthrob ako. Babae ang lumalapit sa'kin just like what you did kaya puwede ba sumunod ka na lang dahil kung tanda mo, hindi ako nagsasayang ng oras."

Hindi siya nakaimik. Ito pa rin ang cold-hearted, straight forward hearthrob na nakilala niya. Sa huli, napilitan siyang sumama. Kahit papaano ay marunong siya ng self-defense. Oras na may gawing masama ang ungas, matitikman nito ang bagsik niya.

"Suwerte mo, maayos na ang pathways dito. Noong mga bata kami nina Caly halos tyagain namin ang pagpasok dahil masukal ang lugar."

May pathways nga ang dinaraanan nila habang papasok sila sa gubat. Biglang napanatag ang loob niya lalo na nang malanghap ang sariwang hangin. Ang gaan talaga sa pakiramdam kapag malapit sa mother nature.

"I bought this land and we're planning to build a hotel and resort here."

Mangha siyang napatingin dito. "You mean, kayong labing-dalawang magkakaibigan? Akalain mo, ang tatag ng samahan n'yo."

"Not exactly pero puwede na ring tawaging matatag."

Manghang-mangha siya nang marating nila ang lugar na ipinagmamalaki nito kanina. Mala-paraiso nga ang ganda. Walang tamang salita para ilarawan ang ganda ng lugar. Akma nga itong tawaging Paradise Promises Land. Bigla siyang nakaramdam ng inggit. Tambayan daw kasi ng magkakaibigan ang lugar na ito dati at doon sila nagpangakuan ng walang hanggang pagkakaibigan.

"This place is sacred for us." Nasa tapat sila ng isang napakayabong at malaking puno. "I bring you here because I wanted you to marry me."

Dagling tumigil ang pag-ikot ng mundo niya. Ito siya ngayon, naririnig ang isang alok na pinapangarap ng lahat ng mga kababaihan pero maling-mali dahil hindi naman niya boyfriend ang nag-aalok kundi isang lalaking parte ng nakaraan niya at ngayon lang uli sila nagkita. Nakakawindang talaga.

Araw ng kasal nina Benjie at Sharie May kaya kumpleto ang barkada maliban siyempre kay Caly na may bagong set of friends na. Isinama ni Kenjie sa okasyon si Cherry at pinakilala niya ito bilang fiancée.

"Mommy, what's fiancée?" tanong ng anim na taong gulang na si Nikki sa kaibigan nilang si Nica habang nasa reception area sila at nasa isang mahabang mesa.

Mabining ngumiti si Nica. "Ibig sabihin, sweety, Si Tito Kenjie na ang susunod na ikakasal kasi engaged na sila ng Tita Cherry mo." Si Nica ang isa sa pinakabata sa barkada at ka-edad nito si Caly pero ito ang pinakaunang nagkaroon ng anak sa kanilang magkakaibigan. Wala silang alam sa buong istorya pero nang mag-reunion sila ay bitbit na nito ang batang si Nikki bilang isang single mom.

"How long have you been in love, tito Ken and tita Cherry?"

"Oo nga naman," sang-ayon ni Brennan. "Sa pagkaka-alala ko kasi, hindi mo type 'tong si Cherry saka allergic ka sa mga babaeng naghahabol sa'yo. Paanong ikakasal agad kayo? Hindi mo nga siya nabanggit sa reunion natin eh."

Napangiti lang siya sa tanong saka hinawakan niya ang kamay ni Cherry at ipinatong ang magkasalikop nilang mga kamay sa mesa. "She have stolen my heart from the very moment she stole my first kiss."

"Panalo 'yon, pre!" palatak ni Josh.

"A girl can really steal a kiss from a boy, mommy?"

"No sweety. That's bad. I mean..." Hirap na hirap si Nica na ipaliwanag sa anak ang bagay na 'yon kaya nagtawanan na lang sila. "I'm sorry, Cherry. I didn't mean anything."

"I understand," anaman ni Cherry.

Pinisil-pisil ni Kenjie ang nanlalamig na kamay ni Cherry at nang lingunin niya ito'y kita niya ang pamumula ng pisngi nito. Napangiti siya nang maalala kung gaanno kapula ang pisngi nito nang nakawan siya nito ng halik.

"Eh kayo, kailan ikakasal?" kausap ni Miguel sa magkasintahang Arthur at Nadine. Sa kanilang magkakaibigan, ang love story ng dalawang ito ang pinaka-kontrobersyal at talaga namang inaabangan ng lahat ang ending.

"Gusto ko na nga eh, kaso marami pa raw commitment itong si Nadine." Model kasi ang dalaga at sinisimulan na rin pasukin ang showbiz industry.

"Kami, hindi n'yo tatanungin?" singit ni Trexie sa himig na pagbibiro. Katabi nito ang kasintahang si PO1 Ventura. Parehong pulis ang dalawa. Kinagulat man ng lahat na hindi tinuloy ni Trexie ang pangarap na maging abogado tulad ng ama nito, masaya na rin sila dahil mukhang nakalimutan na nito ang balak na paghihiganti sa sinapit ng magulang at ate nito.

"Ikaw Jane," untag ni Miguel sa tahimik na dalaga. "May pinalit ka na ba sa pinsan ko?" Si Joshua ang tukoy nito.

"Nag-focus ako sa pag-aaral tsaka marami pa akong pangarap para sa pamilya ko."

"Tama 'yan kasi dito wala kang future," pang-aasar ni Brennan kay Josh. Tawanan naman ang lahat. Simpleng ngiti lang naging tugon ni Jane. Katulad ng dati, kimi at mahiyain pa rin ito.

"Teka, kung si Ken na allergic sa babae ikakasal na, kailan kaya 'tong si Krissy?"

Sabay-sabay na napatingin ang lahat sa tinukoy na dalaga. Nasa table ito ng bride and groom dahil kapamilya ito ni Benjie. Kahit magandang babae, sexy at matalino si Krissy kinatatakutan itong habulin ng mga lalaki dahil sa ubod ng katarayan. Miss know it all kaya madalas semplang ang mga nagtatangkang manligaw. Sa katunayan, pinormahan ito ng magpinsang Josh at Miguel pero kahit ang matinong si Miguel hindi nahuli ang kiliti nito.

"Ako na lang pag-asa niyan para maikasal. We're dating now," pagbubunyag ni Miguel sa estado nila ni Krissy.

"Congratz, bro. Nagbunga na ang pagtiyatiyaga mo. Kaya ako hindi ko rin susukuan si Caly." Nanahimik ang paligid sa sinabi ni Brennan. Biglang lumungkot ang kanina'y masayang paligid. "Cheer up, guys. Gagawin ko ang lahat ng makakaya ko para kumbinsehin si Caly na umalis sa grupong 'yon. Naniniwala akong hindi niya sisirain ang buhay niya ng ganoon-ganoon lang. Natuwid ang landas ko dahil naniwala siyang kaya ko." Lalo lang lumungkot ang paligid. Mabuti na lang dumating ang mga bagong kasal kaya nawala kay Caly ang topic.

ITUTULOY...

*Abangan ang buong kwentong pag-ibig ni **Kenjie Nagazaki** sa **Book 2** ng **Paradise Promises Land Series** – MY EVERY FIRST.*

Made in the USA
Monee, IL
24 April 2022